HƯƠNG VỊ CỦA ẨM THỰC SÉC

Khám phá hương vị ẩm thực Séc với những công thức tuyệt vời và ngon miệng từ ẩm thực Séc: Công thức món ăn quốc gia Cộng hòa Séc

Dương Đình

MỤC LỤC

GIỚI THIỆU

Chào mừng bạn đến với "Hương thơm ẩm thực Séc", một hành trình cảm giác qua 100 mùi hương từ những căn bếp theo phong cách Bohemian xác định thế giới phong phú và đầy hương vị của ẩm thực Séc. Cuốn sách này tôn vinh những truyền thống thơm ngon và dễ chịu đã hình thành nên nền ẩm thực Séc, mời bạn khám phá mùi hương, hương vị và di sản ẩm thực của khu vực. Hãy tham gia cùng chúng tôi khi chúng tôi đắm mình trong những hương thơm ấm áp tỏa ra từ những căn bếp theo phong cách Bohemian, tạo nên một bản giao hưởng của những hương thơm thú vị thể hiện bản chất của cách nấu ăn Séc.

Hãy tưởng tượng một căn bếp tràn ngập hương thơm hấp dẫn của các món hầm thơm ngon, bánh ngọt mới nướng và bánh bao thịnh soạn. "Hương thơm ẩm thực Séc" không chỉ là một bộ sưu tập các công thức nấu ăn; đó là một cuộc hành trình đi vào tấm thảm văn hóa và ẩm thực của cách nấu ăn Séc, nơi mỗi hương thơm kể một câu chuyện về truyền thống, sự ấm áp và niềm vui quây quần quanh bàn ăn. Cho dù bạn là người gốc Séc hay chỉ đơn giản là bị cuốn hút bởi hương vị của ẩm thực Trung Âu, những công thức nấu ăn này được tạo ra để truyền cảm hứng cho bạn tạo ra những hương vị đích thực khiến món ăn Séc trở nên đặc biệt.

Từ món goulash cổ điển đến kolaches ngọt ngào, mỗi mùi hương là sự tôn vinh những hương vị đa dạng và dễ chịu đặc trưng của ẩm thực Séc. Cho dù bạn đang lên kế hoạch cho một bữa tối gia đình hay khám phá những món ngon của bánh ngọt Séc, cuốn sách này là nguồn tài liệu tham khảo để bạn trải nghiệm đầy đủ các loại hương vị Bohemian.

Hãy tham gia cùng chúng tôi khi chúng tôi bắt đầu cuộc hành trình hương thơm qua "Hương thơm của ẩm thực Séc", nơi mỗi sáng tạo là một minh chứng cho mùi hương và hương vị đã tạo nên truyền thống ấm áp của ẩm thực Séc. Vì vậy, hãy đeo tạp dề vào, đón nhận những hương thơm mời gọi và cùng chìm đắm trong những hương thơm thú vị khiến ẩm thực Séc trở thành một trải nghiệm thực sự đầy cảm giác.

BỮA SÁNG

1.Trứng bác với bí xanh và nấm mồng tơi

THÀNH PHẦN:

- 4 quả trứng
- 1/2 quả bí xanh, cắt thành lát mỏng
- một số ít nấm mồng tơi, cắt đôi
- 50 gram xúc xích, cắt thành lát mỏng
- 1 củ hành tây nhỏ, thái hạt lựu
- 50 g phô mai mozzarella bào sợi
- 1 thìa bơ
- 1/3 cốc sữa hoặc kem
- muối tiêu

HƯỚNG DẪN:

a) Trong tô vừa, đánh trứng với sữa hoặc kem.

b) Cho bơ vào chảo vừa trên lửa vừa, thêm xúc xích, hành tây và nấu trong 2-3 phút. Sau đó, thêm bí xanh với nấm vào nấu cho đến khi mềm.

c) Giảm nhiệt xuống thấp, thêm hỗn hợp trứng vào, nấu cho đến khi chúng chín theo ý thích của bạn, tiếp theo cho mozzarella vào khuấy đều.

d) Nêm muối và hạt tiêu và dùng kèm với bánh mì nướng.

2.Chlebíčky (Bánh mì kẹp mặt mở)

THÀNH PHẦN:

- Bánh mì cắt lát
- Bơ
- Giăm bông hoặc xúc xích
- Phô mai
- Trứng luộc chín
- Rau tươi (ví dụ: cà chua, dưa chuột)
- mayonaise
- Mù tạc
- Rau mùi tây tươi (để trang trí)

HƯỚNG DẪN:

a) Phết bơ lên bánh mì cắt lát.

b) Xếp lớp với giăm bông hoặc xúc xích Ý, phô mai và những lát trứng luộc chín.

c) Thêm rau tươi lên trên.

d) Rưới sốt mayonnaise và mù tạt.

e) Trang trí với rau mùi tây tươi.

3.Palačinky (Bánh xèo Séc)

THÀNH PHẦN:

- 2 chén bột mì đa dụng
- 2 cốc sữa
- 2 quả trứng lớn
- 2 thìa đường
- 1/2 thìa cà phê muối
- Bơ (để bôi chảo)

HƯỚNG DẪN:

a) Trong một cái bát, trộn đều bột mì, sữa, trứng, đường và muối cho đến khi mịn.
b) Làm nóng chảo và bôi mỡ bằng bơ.
c) Đổ một muôi bột lên chảo, xoay đều để phủ đáy.
d) Nấu cho đến khi các cạnh nhấc lên, sau đó lật và nấu mặt còn lại.
e) Lặp lại cho đến khi hết bột.

4.Ovocné Knedlíky (Bánh bao trái cây)

THÀNH PHẦN:

- 2 cốc khoai tây nghiền
- 2 chén bột mì đa dụng
- 2 quả trứng lớn
- Muối
- Các loại trái cây (mận, dâu tây)
- Bơ
- Đường mịn

HƯỚNG DẪN:

a) Trộn khoai tây nghiền, bột mì, trứng và một chút muối để tạo thành bột nhão.
b) Chia bột thành nhiều phần và dẹt từng phần.
c) Đặt một miếng trái cây vào giữa rồi dùng bột bọc kín xung quanh.
d) Đun sôi trong nước muối cho đến khi bánh bao nổi lên.
e) Để ráo nước, phủ bơ và rắc đường bột.

5.Oeleta s Houbovým Nádivkem (Trứng tráng nấm)

THÀNH PHẦN:

- 3 quả trứng
- 1/2 chén nấm, thái lát
- 1/4 chén hành tây, thái nhỏ
- 1/4 chén ớt chuông, thái hạt lựu
- Muối và hạt tiêu cho vừa ăn
- Bơ hoặc dầu để nấu ăn

HƯỚNG DẪN:

a) Xào nấm, hành tây và ớt chuông trong bơ cho đến khi mềm.
b) Đánh trứng và đổ rau vào chảo.
c) Nấu cho đến khi các cạnh se lại, sau đó gấp món trứng tráng làm đôi.
d) Nêm với muối và hạt tiêu.

6.Tvarohové Nákypy (Thịt phô mai nhỏ)

THÀNH PHẦN:

- 2 cốc phô mai
- 3 quả trứng
- 1/2 chén đường
- 1/4 cốc bột báng
- 1/4 cốc nho khô
- 1 muỗng cà phê chiết xuất vani
- Bơ (để bôi trơn)

HƯỚNG DẪN:

a) Làm nóng lò nướng ở nhiệt độ 350°F (175°C) và bôi bơ lên đĩa nướng.
b) Trong một cái bát, trộn phô mai, trứng, đường, bột báng, nho khô và chiết xuất vani.
c) Đổ hỗn hợp vào đĩa nướng và nướng cho đến khi chín và vàng.

7.Šunková Pomazánka (Ham Spread)

THÀNH PHẦN:

- 1 chén giăm bông nấu chín, thái nhỏ
- 1/2 chén kem phô mai
- 2 muỗng canh sốt mayonaise
- 1 muỗng canh mù tạt Dijon
- Hẹ, xắt nhỏ
- Muối và hạt tiêu cho vừa ăn

HƯỚNG DẪN:

a) Trong một cái bát, trộn giăm bông cắt nhỏ, phô mai kem, sốt mayonnaise, mù tạt Dijon và lá hẹ.

b) Trộn cho đến khi kết hợp tốt.

c) Nêm muối và hạt tiêu cho vừa ăn.

d) Phết lên bánh mì hoặc bánh quy giòn.

8.Český Muesli (Séc Muesli)

THÀNH PHẦN:

- 1 chén yến mạch cán
- 1 cốc sữa chua
- 1/2 cốc sữa
- 1 thìa mật ong
- Trái cây tươi (quả mọng, lát chuối)
- Các loại hạt và hạt (tùy chọn)

HƯỚNG DẪN:

a) Trong một cái bát, trộn yến mạch cán, sữa chua, sữa và mật ong.
b) Để nó trong tủ lạnh qua đêm hoặc ít nhất 30 phút.
c) Trước khi dùng, phủ trái cây tươi và các loại hạt tùy chọn lên trên.

9.Bánh kếp khoai tây Séc

THÀNH PHẦN:

- 2 củ khoai tây màu nâu đỏ lớn, sống
- 1/4 chén hành tây
- 1 muỗng canh bột mì
- 1/2 thìa cà phê muối
- Hương vị hạt tiêu
- 3 muỗng cà phê dầu, chia ra để chiên

HƯỚNG DẪN:

a) Trong máy xay thực phẩm, trộn khoai tây và hành tây đã gọt vỏ và cắt nhỏ. Xử lý trong 30 giây hoặc cho đến khi không còn nhìn thấy cục vón cục.

b) Xả trong 5 phút hoặc lâu hơn trong lưới lọc mịn đặt trên tô.

c) Cẩn thận loại bỏ chất lỏng đã ráo nước nhưng bảo quản tinh bột trắng tích tụ ở đáy.

d) Thêm hỗn hợp khoai tây/hành tây đã ráo nước, bột mì, muối và hạt tiêu vào tinh bột.

e) Đun nóng 1/2 muỗng cà phê dầu trong chảo gang trên lửa vừa. Đổ đầy 1/4 ụ cốc vào chảo, làm phẳng từng ụ cho đến khi có độ dày đồng đều.

f) Nấu khoảng 3 phút mỗi mặt, thêm 1/2 thìa cà phê dầu nếu cần. Nếu bạn không có gang, hãy nấu chúng ở mức trung bình cao, sẽ lâu hơn một chút.

MÓN KHAI THÁC & MÓN ĂN VẶN

10.Koláčky (Bánh ngọt nhân trái cây)

THÀNH PHẦN:

- Tấm bánh phồng
- Mứt trái cây hoặc chất bảo quản (mơ, mận, mâm xôi)
- Đường bột để rắc đường

HƯỚNG DẪN:

a) Tung ra các tấm bánh phồng và cắt thành hình vuông.
b) Đặt một miếng mứt trái cây nhỏ vào giữa mỗi hình vuông.
c) Gấp bánh ngọt lên mứt, tạo thành hình tam giác hoặc hình chữ nhật.
d) Nhấn các cạnh để bịt kín và nướng cho đến khi vàng.
e) Rắc đường bột trước khi dùng.

11.Utopenec (Xúc xích ngâm)

THÀNH PHẦN:

- Xúc xích Séc (utopenec)
- Dưa muối
- Hành tây, thái lát mỏng
- Mù tạt và bánh mì (tùy chọn)

HƯỚNG DẪN:

a) Cắt xúc xích và dưa chua thành miếng vừa ăn.
b) Trộn với hành tây thái mỏng.
c) Dùng như một món ăn nhẹ với tăm.
d) Tùy ý, phết mù tạt lên bánh mì và phủ hỗn hợp lên trên.

12.Bramboráky (Bánh kếp khoai tây)

THÀNH PHẦN:

- 4 củ khoai tây lớn, nạo
- 1 củ hành tây, thái nhỏ
- 2 quả trứng
- 3 muỗng canh bột mì đa dụng
- Muối và hạt tiêu cho vừa ăn
- Dầu để chiên

HƯỚNG DẪN:

a) Nghiền khoai tây và vắt bớt độ ẩm dư thừa.
b) Trộn với hành tây xắt nhỏ, trứng, bột mì, muối và hạt tiêu.
c) Đun nóng dầu trong chảo và thả từng thìa hỗn hợp vào.
d) Làm phẳng và chiên cho đến khi vàng đều hai mặt.
e) Ăn kèm với kem chua hoặc sốt táo.

13.Bí xanh ngâm chua

THÀNH PHẦN:

- 3kg bí đỏ (hỗn hợp màu vàng và xanh)
- 5 thìa muối
- 500g hành tây
- 500g cà rốt, thái sợi
- 1kg ớt đỏ, thái hạt lựu
- 250ml giấm nồng độ gấp đôi (10%)
- 200g đường cát
- 1 thìa cà phê quả mọng
- 1/2 thìa cà phê ớt xay
- 3 muỗng cà phê hạt mù tạt trắng
- 1 muỗng canh hạt tiêu đen
- 1 muỗng cà phê hạt rau mùi
- 6 lá nguyệt quế
- dầu thực vật

HƯỚNG DẪN:

a) Rửa sạch bí xanh nhưng không gọt vỏ. Dùng dụng cụ gọt rau củ, cắt nhỏ hoặc cắt thành từng miếng dài và mỏng. Cho vào tô trộn và nêm 3 thìa muối. Trộn tất cả nguyên liệu vào tô trộn và để yên trong 2 đến 3 giờ.

b) Gọt vỏ và cắt lát hành tây, sau đó cho vào tô riêng cùng với lượng muối còn lại và trộn đều. Cho phép 2 đến 3 giờ để chuẩn bị.

c) Xả hết chất lỏng đọng lại trong bí và hành tây. Trong một chậu trộn lớn, trộn bí, hành tây, cà rốt cắt nhỏ và hạt tiêu thái lát.

d) Cho giấm vào nồi đun sôi, sau đó thêm đường và gia vị (trừ lá nguyệt quế). Trong khi nước sốt vẫn còn nóng, hãy rưới lên rau. 3 giờ ướp

e) a) Khử trùng lọ bằng cách chuyển rau và chất lỏng vào lọ. Đậy nắp lọ và thêm 1 lá nguyệt quế và 1 thìa dầu vào mỗi lọ.

f) Trong một chiếc nồi lớn có lót khăn sạch, đặt các lọ và thêm nước nóng vừa đủ sao cho ngập 3/4 thành lọ.

g) Đun sôi, sau đó chế biến trong 20 đến 30 phút trong nồi cách thủy sôi trong chảo có lót khăn sạch, với nước nóng ngập 3/4 bình.

14.Dưa chuột ngâm nhanh

THÀNH PHẦN:

- 1/2 củ hành tây, thái nhỏ
- 75ml giấm trắng
- 100g đường bột
- 3/4 muỗng canh muối
- 1 quả dưa chuột, rửa sạch và thái lát mỏng

HƯỚNG DẪN:

a) Cho hành tây xắt nhỏ, giấm, đường và muối vào một cái chậu nhỏ.

b) Để trong tủ lạnh ít nhất 30 phút trước khi dùng, trộn với dưa chuột thái lát.

15.Nấm ngâm Séc

THÀNH PHẦN:

- 1,5kg nấm nhỏ
- 2 thìa cà phê muối
- 250ml giấm trắng 10%
- 750ml nước
- 1 củ hành tây, cắt thành từng khoanh
- 1 1/2 muỗng cà phê muối
- 3 đến 4 muỗng cà phê đường
- 10 hạt tiêu đen
- 3 quả tiêu
- 1 lá nguyệt quế

HƯỚNG DẪN:

a) Dùng vải khô cắt và rửa sạch nấm. Nấu trong 30 phút ở nhiệt độ thấp sau khi chuyển sang chảo với 2L nước sôi và 2 thìa muối.

b) Trộn giấm và 750ml nước vào tô trộn. Kết hợp hành tây, 1 1/2 muỗng cà phê muối, đường, hạt tiêu, hạt tiêu và lá nguyệt quế vào một tô trộn lớn. Đun sôi, sau đó giảm lửa nhỏ trong 5 phút.

c) Sau khi để ráo nước, cho nấm đã nấu chín vào lọ nhỏ đã khử trùng. Đậy nắp thật chặt và đổ nước muối nóng vào. Để nguội trước khi làm lạnh trong 3 đến 4 tuần trước khi dùng.

16.Phô mai Cottage phết với cải ngựa

THÀNH PHẦN:

- 1 cốc phô mai
- 2 muỗng canh cải ngựa nghiền
- Muối và hạt tiêu cho vừa ăn
- Thì là tươi cắt nhỏ
- Bánh mì hoặc bánh quy giòn để phục vụ

HƯỚNG DẪN:

a) Trong một bát, trộn phô mai và cải ngựa bào.
b) Nêm muối và hạt tiêu cho vừa ăn.
c) Rắc thì là tươi xắt nhỏ lên trên.
d) Phết lên bánh mì hoặc bánh quy giòn.

17.Bánh rán truyền thống của Séc

THÀNH PHẦN:

- 2 gói men khô hoạt tính (4 1/2 muỗng cà phê)
- 1 1/2 cốc sữa thực vật , ấm, khoảng 110 F
- 1/2 chén đường cát
- 1/2 chén bơ dừa , ở nhiệt độ phòng
- 1 muỗng canh rượu mạnh hoặc rượu rum
- 1 thìa cà phê muối
- 4 1/2 đến 5 chén bột mì đa dụng
- 1 gallon dầu thực vật, để chiên ngập dầu
- Khoảng 1/2 chén đường cát để làm bánh
- Khoảng 1/2 chén đường làm bánh kẹo, để cán
- 1 cốc mứt hoặc bột trái cây để làm nhân, tùy chọn

HƯỚNG DẪN:

a) Trong một bát nhỏ, hòa tan men trong sữa ấm làm từ thực vật. Đặt sang một bên sau khi khuấy để hòa tan.

b) Trộn đường và bơ dừa vào tô trộn lớn hoặc máy trộn đứng có gắn cánh khuấy cho đến khi nổi bọt.

c) Đánh đều rượu mạnh hoặc rượu rum cũng như muối cho đến khi hòa quyện.

d) Sử dụng phụ kiện mái chèo, lần lượt thêm 4 1/2 cốc bột mì và hỗn hợp men sữa làm từ thực vật. Đánh bằng máy khoảng 5 phút hoặc lâu hơn cho đến khi mịn, hoặc đánh bằng tay lâu hơn.

e) Trong một bát dầu, đặt bột. Lật chảo để phết bơ lên mặt còn lại.

f) Đậy nắp bằng màng bọc thực phẩm và để yên trong 1 đến 2 tiếng rưỡi hoặc cho đến khi thể tích tăng gấp đôi.

g) Đổ bột lên một bề mặt có phủ chút bột mì rồi lăn bột ra. Vỗ hoặc cuộn đến độ dày 1/2 inch. Để tránh lãng phí, hãy dùng máy cắt bánh quy 3 inch để cắt các viên tròn sát nhau.

h) Trước khi chiên, phủ một lớp vải ẩm lên tấm giấy và để các viên tròn nở cho đến khi khối lượng tăng gấp đôi, khoảng 30 phút.

i) Đun nóng dầu trong chảo lớn hoặc lò nướng kiểu Hà Lan ở nhiệt độ 350 độ F. Đặt một ít pczki đang nổi lên vào dầu từ trên xuống (mặt khô) và nấu trong 2 đến 3 phút hoặc cho đến khi mặt dưới có màu nâu vàng.

j) Lật chúng lại và nấu thêm 1–2 phút hoặc cho đến khi có màu vàng nâu. Đảm bảo dầu không quá nóng để bên ngoài không bị chuyển sang màu nâu trước khi hoàn thiện bên trong. Kiểm tra một cái nguội để xem nó đã chín hoàn toàn chưa. Thời gian nấu và nhiệt lượng dầu cần được điều chỉnh cho phù hợp.
k) Khi còn ấm, lăn qua đường cát. Nếu bạn muốn lấp đầy chúng, hãy tạo một lỗ ở bên cạnh pczki và bóp một khối lớn nhân mà bạn chọn vào đó bằng túi đựng bánh ngọt. Sau đó rắc đường cát, đường làm bánh kẹo hoặc men đóng băng lên trên pczki đầy.
l) Pczki không bảo quản tốt nên hãy ăn ngay hoặc đông lạnh nếu bạn muốn có hương vị thơm ngon nhất. Thưởng thức.

18.Pizza Séc

THÀNH PHẦN:

- 1 muỗng cà phê bơ dừa
- ½ củ hành tây, thái hạt lựu
- 1 (4 oz) lon nấm thái lát, để ráo nước
- Muối và hạt tiêu cho vừa ăn)
- ½ bánh mì Pháp, cắt đôi theo chiều dọc
- 1 cốc phô mai
- Sốt cà chua (lên trên)

HƯỚNG DẪN:

a) Làm nóng lò ở nhiệt độ 400 độ F.

b) Đun nóng dầu trong chảo chống dính lớn. Xào hành và nấm trong 5 phút hoặc cho đến khi mềm. Nêm muối và hạt tiêu cho vừa ăn.

c) Trên khay nướng, xếp các nửa bánh mì baguette (hoặc lát bánh mì). Thêm hỗn hợp nấm và phô mai lên trên.

d) Nướng trong 10 phút hoặc cho đến khi phô mai có màu vàng nâu và tan chảy.

e) Ăn kèm với sốt cà chua ở bên cạnh.

19.vết cắn của Pierogi

THÀNH PHẦN:

- 14 lát thịt xông khói, cắt làm đôi
- tây mini 12 ounce , rã đông
- 1/4 chén đường nâu nhạt

HƯỚNG DẪN:

a) Làm nóng lò ở nhiệt độ 400°F. Dùng bình xịt nấu ăn phủ lên khay nướng có viền.

b) Quấn thịt xông khói quanh giữa mỗi chiếc bánh pierogi và đặt lên khay nướng. Đường nâu nên được phân bố đồng đều.

c) Nướng trong 18 đến 20 phút ở 350°F.

20.Dưa chuột trong kem dừa

THÀNH PHẦN:

- 1 quả dưa chuột lớn có hoặc không có hạt, thái lát mỏng
- 1 củ hành tây thái lát mỏng và tách thành từng khoanh
- 1/2 cốc nước cốt dừa
- 1 thìa cà phê đường
- 2 muỗng cà phê giấm trắng (tùy chọn)
- 1 muỗng canh thì là tươi xắt nhỏ
- muối và tiêu

HƯỚNG DẪN:

a) Kết hợp kem dừa, giấm, đường và hạt tiêu vào tô phục vụ.
b) Thêm dưa chuột và hành tây và khuấy đều để kết hợp.

21.Bát kiều mạch nấm

THÀNH PHẦN:

- 2 củ hành
- 1 củ cà rốt
- 2 tép tỏi
- 45g bơ dừa
- 150g nấm nút
- 150g kiều mạch
- 1 lá nguyệt quế
- 1 viên nước luộc rau củ
- Một nắm thì là, chỉ lấy lá
- tên lửa 50g
- 150g sữa chua thực vật
- Muối biển
- Hạt tiêu mới xay
- 1 muỗng cà phê dầu ô liu
- 400ml nước sôi

HƯỚNG DẪN:

a) Cắt hành tây thành lát mỏng sau khi gọt vỏ. Cà rốt nên được gọt vỏ và thái nhỏ. Tỏi nên được bóc vỏ và xay hoặc nghiền nát.

b) Thêm hành tây, bơ dừa và một chút muối và hạt tiêu vào chảo. Nấu và khuấy trong 5-8 phút hoặc cho đến khi hành tây mềm và có màu vàng đậm - giảm nhiệt nếu hành chuyển sang màu nâu quá nhiều hoặc quá nhanh.

c) Thêm cà rốt, tỏi và nấm vào chảo và khuấy đều. Nấu trong 5 phút, thỉnh thoảng khuấy đều cho đến khi nấm ẩm.

d) Thêm kiều mạch và lá nguyệt quế vào và khuấy đều. Trong khối cổ phiếu, sụp đổ. Đổ 400ml nước sôi vào nồi.

e) Đun nhỏ lửa trong 12-15 phút hoặc cho đến khi nước bay hơi hết và kiều mạch mềm nhưng vẫn cứng.

f) Chọn những lá mềm của nhánh thì là và cắt nhỏ chúng trong khi kiều mạch đun sôi. Cắt tên lửa thành từng miếng nhỏ.

g) Nếm thử kiều mạch và nêm một chút muối hoặc hạt tiêu nếu muốn. Dùng nĩa cho phần lớn thì là và rocket vào. Đổ kiều mạch vào nửa bát đã đun nóng.

h) Trang trí với một thìa sữa chua làm từ thực vật và tên lửa và thì là còn lại.

22.tây nướng thấp

THÀNH PHẦN:

- 4 tỏi tây
- ¼ chén dầu ô liu
- 1 muỗng canh muối biển

HƯỚNG DẪN:

a) Trộn tỏi tây với dầu ô liu và muối vào một chậu trộn lớn cho đến khi tỏi tây được phủ đều. Đặt mặt tỏi tây đã cắt xuống khay nướng đã chuẩn bị sẵn.

b) Cẩn thận bọc khay nướng bằng giấy bạc - không nhất thiết phải kín hoàn toàn nhưng phải càng chặt càng tốt. Cho khay nướng trở lại lò nướng và hạ nhiệt độ xuống 300 độ.

c) Nướng trong 15 đến 30 phút hoặc cho đến khi tỏi tây mềm. Lấy tấm ra khỏi lò và lật tỏi tây lại. Quay trở lại lò nướng, tăng nhiệt độ lên 400°F và nướng trong 15-20 phút hoặc cho đến khi giòn và có màu vàng nâu.

23.Bialys hành khói và hạt anh túc

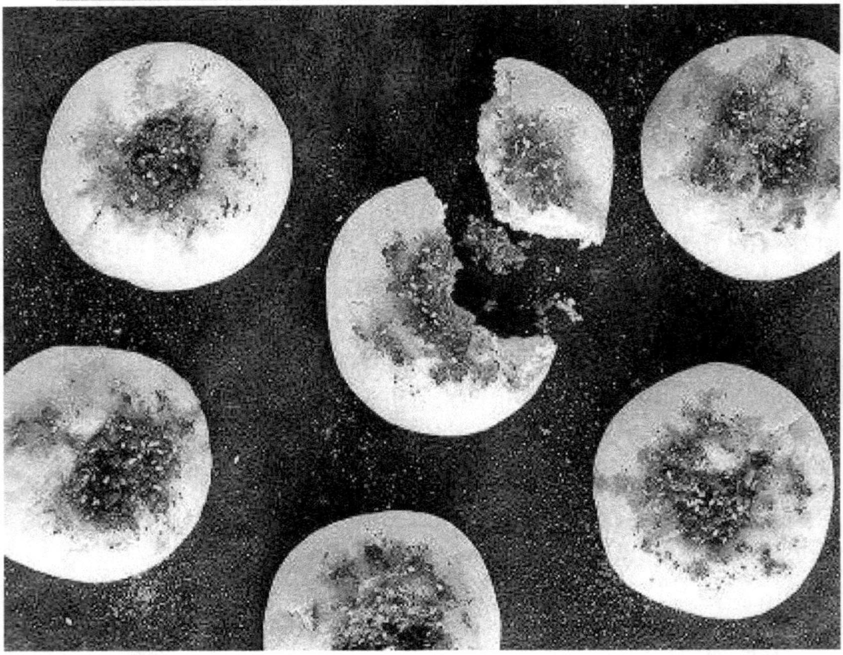

THÀNH PHẦN:

- 1 củ hành lớn, bóc vỏ và thái lát dày
- men khô hoạt tính 1 muỗng cà phê
- bột mì trắng đặc 300g
- bột mì thường 175g, cộng thêm bột mì để phủ bụi
- muối biển 1½ muỗng cà phê
- bột mì 50g
- men khô hoạt tính ½ muỗng cà phê
- dầu ô liu 1 muỗng canh
- muối biển hun khói ¼ muỗng cà phê
- ớt bột hun khói ngọt ¼ muỗng cà phê
- hạt anh túc 1 muỗng cà phê, cộng thêm một nhúm để rắc
- hạt vừng vài nhúm

HƯỚNG DẪN:

a) Trong một đĩa trộn, trộn bột mì và men với 50ml nước ấm, sau đó dùng màng bọc thực phẩm bọc lại và để qua đêm.

b) Bắt đầu nhào bột vào ngày hôm sau bằng cách cho hành tây vào chảo nhỏ với 150ml nước. Đun nóng nước cho đến khi nó bắt đầu sủi bọt, sau đó tắt bếp.

c) Lấy ra khỏi lò và đặt sang một bên để nguội đến nhiệt độ phòng. Đổ nước vào bình đong và đảm bảo đủ 150ml; nếu chưa thì bổ sung thêm. Đặt hành tây sang một bên cho lần sau.

d) Trong lúc đó, cho men và 100ml nước ấm vào tô trộn và để yên trong vòng 10 - 15 phút hoặc cho đến khi nổi bọt.

e) Đổ bột vào máy trộn đứng có gắn móc bột, sau đó thêm bột khởi đầu dạng hồ bơi và nước hành tây sau khi hỗn hợp men đã nổi bọt.

f) Bắt đầu trộn ở tốc độ thấp để bột hòa quyện, sau đó tăng lên tốc độ trung bình và nhào bột trong 5 phút.

g) Nhào thêm một phút nữa sau khi thêm muối.

h) nhào trong vòng 10 - 15 phút trên bề mặt làm việc có phủ bột nhẹ bằng tay). Để bột nở gấp đôi trong môi trường ấm áp trong tối đa 2 giờ, bọc trong màng bám dầu.

i) Đấm bột xuống vài lần cho bột nhào lại, sau đó cắt thành 8 miếng bằng nhau.

j) Cán bột thành những vòng tròn phẳng, chọc lỗ ở giữa để tạo đ
lõm cho nhân rồi đặt lên khay nướng đã rắc bột mì.

k) Khi tất cả các hình dạng đã hoàn thành, hãy phủ nhẹ bằng màng dính hoặc khăn trà ẩm. Đợi thêm 20 phút nữa cho đến khi phồng lên và tròn trịa.

l) Làm nhân trong lúc bột đang nở. Cắt nhỏ hành tây đã chần và cho vào chảo nhỏ với dầu. Chiên cho đến khi tan chảy và vàng đều, sau đó thêm muối biển hun khói và ớt bột vào, khuấy liên tục. Nấu thêm vài phút, sau đó thêm hạt anh túc và một chút hạt tiêu đen Mát mẻ

m) Làm nóng lò ở 220 độ C/quạt 200 độ C/gas 7. Khi bánh đã sẵn sàng nướng, cho khoảng 1 thìa hành tây vào giữa mỗi bánh và rắc hạt anh túc và vừng lên trên.

n) Đặt một chiếc hộp thiếc sâu lòng úp ngược lên trên các tấm bia và đặt một vật nặng chịu nhiệt lên trên - một đĩa nướng lớn hoặc thậm chí là một khối.

o) Nướng trong 15 phút, sau đó lấy khuôn ra và tiếp tục nướng thêm 5-8 phút nữa cho đến khi bánh có màu vàng nhạt.

24.Dừa P aczki

THÀNH PHẦN:

- 1 1/3 cốc sữa dừa làm từ thực vật
- 1/3 chén đường
- 2 muỗng cà phê men
- 1/2 thìa cà phê muối
- 1 thìa cà phê vani
- Một ít hạt nhục đậu khấu và bạch đậu khấu (tùy chọn)
- 2 3/4 chén bột mì đa dụng

HƯỚNG DẪN:

a) Trong một tô trộn lớn, trộn tất cả nguyên liệu trừ bột mì.

b) Chỉ nhào bột đủ để kết dính lại với nhau.

c) Đậy bát bằng màng bọc thực phẩm và ủ trong 2 giờ hoặc cho đến khi nở gấp đôi.

d) Nhẹ nhàng đổ bột ra tấm lót bột mì. Cắt thành từng viên tròn sau khi cán mỏng đến độ dày 1/2 inch.

e) Đặt những chiếc bánh rán lên một tấm bánh quy có lót giấy da đã được rắc bột mì. Che lại bằng bọc nhựa và để yên trong khoảng một giờ nữa để nổi lên.

f) Trong nồi chiên ngập dầu, đun nóng một ít dầu thực vật.

g) Chiên khoảng 2-3 phút mỗi mặt, sau đó để nguội trên khăn giấy trước khi đổ nhân vào.

h) Dùng túi đựng bánh ngọt và đầu ống kem, đổ mứt hoặc sữa trứng vào và lăn qua đường bột hoặc đường cát. Thưởng thức!

25.Kohlrabi Schnitzel

THÀNH PHẦN:

- 1 củ su hào lớn
- dầu chiên
- 1/4 chén bột mì đa dụng (bạn có thể thay thế bằng bột đậu nành hoặc bột đậu nành)
- 1/2 cốc nước
- 1/2 thìa cà phê bột ớt bột
- 1/2 thìa cà phê muối

BÁNH MÌ

- 1/3 chén vụn bánh mì
- 1/2 thìa cà phê muối
- 1/2 thìa cà phê bột ớt bột
- 1 muỗng cà phê hạt bí ngô nghiền nát (tùy chọn)
- 1 muỗng cà phê hạt vừng (tùy chọn)

HƯỚNG DẪN:

a) Rửa su hào và loại bỏ những lá còn sót lại. su hào nên được cắt thành 4-6 lát (dày khoảng 1/3 inch). Dùng dụng cụ gọt rau củ, loại bỏ lớp vỏ bên ngoài.

b) Đun sôi nước trong nồi lớn và thêm các lát su hào vào. Cho phép thời gian nấu 10 phút. Ở trung tâm, chúng sẽ bắt đầu trở nên trong mờ. Sau đó để ráo nước, thấm khô bằng khăn giấy và để nguội.

c) Trộn các nguyên liệu làm bánh mì vào một bát riêng.

d) Phủ các lát su hào vào bột mì khi chúng đủ nguội để xử lý.

e) Đun nóng dầu chiên trong chảo lớn (đủ ngập đáy) và cho Kohlrabi Schnitzel tẩm bột vào. Nấu khoảng 5 phút mỗi mặt ở lửa vừa cao. Cả hai mặt đều phải vàng và giòn.

f) Đặt chúng lên khăn giấy để thấm dầu thừa sau khi chiên và thưởng thức!

26.Séc có men

THÀNH PHẦN:

- 225 g bột mì đa dụng
- 240 ml sữa ấm làm từ thực vật
- Khoảng 1⅙ muỗng cà phê men tác dụng nhanh. 4 g
- 1 muỗng canh đường
- Chút muối
- 5 muỗng canh dầu thực vật
- Đối với các compote
- 1,5 cốc quả tươi hoặc đông lạnh
- 1 muỗng canh si-rô phong
- ¼ muỗng cà phê bột đậu vani hoặc chiết xuất

HƯỚNG DẪN:

a) Làm nóng lò ở mức thấp nhất có thể.

b) Trong một tô trộn lớn, đánh men và đường vào sữa ấm làm từ thực vật trong khoảng 30 giây.

c) Đổ bột mì vào, thêm chút muối vào khuấy đều trong 2-3 phút. Đậy bát bằng một miếng vải và đặt vào giữa lò trong 50-60 phút cho đến khi kích thước tăng gấp đôi.

d) Đun nóng 1-2 muỗng cà phê dầu trong chảo lớn, sau đó giảm nhiệt và thả từng thìa bột vào chảo (không đổ quá nhiều). Bột sẽ dính.

e) Chiên bánh xèo khoảng 21/2 phút mỗi mặt trên lửa nhỏ. Phục vụ ngay.

f) Để chuẩn bị nước ép trái cây, hãy trộn trái cây, xi-rô cây phong và vani vào nồi và nấu trong 5 phút trên lửa vừa hoặc cho đến khi trái cây mềm và bắt đầu tiết ra nước.

MÓN CHÍNH

27.Bò ướp sốt kem

THÀNH PHẦN:

- 2 pound thăn bò
- 2 củ hành tây, xắt nhỏ
- 2 củ cà rốt, xắt nhỏ
- 2 cọng cần tây, xắt nhỏ
- 2 chén nước luộc thịt bò
- 1 cốc kem đặc
- 1/2 chén giấm rượu trắng
- 1/4 chén dầu thực vật
- 3 muỗng canh bột mì đa dụng
- 2 muỗng canh mù tạt dijon
- Muối và hạt tiêu cho vừa ăn
- 1 lá nguyệt quế
- 5 quả tiêu nguyên hạt

HƯỚNG DẪN:

a) Ướp thịt bò với hỗn hợp hành tây, cà rốt, cần tây, giấm, dầu, muối và tiêu trong vài giờ.

b) Lấy thịt bò ra khỏi nước xốt, xào cho đến khi chín vàng.

c) Chuyển vào nồi, thêm nước xốt, nước luộc thịt bò, lá nguyệt quế và hạt tiêu.

d) Đun nhỏ lửa cho đến khi thịt mềm.

e) Lấy thịt ra, lọc lấy nước dùng rồi thêm kem, bột mì và mù tạt.

f) Nấu cho đến khi nước sốt đặc lại. Cắt thịt bò và dùng kèm với nước sốt.

28.Thịt lợn với bánh bao và dưa cải bắp

THÀNH PHẦN:

- 2 pound thịt vai lợn, thái lát
- 1 củ hành tây, xắt nhỏ
- 2 tép tỏi, băm nhỏ
- 1 muỗng cà phê hạt caraway
- Muối và hạt tiêu cho vừa ăn
- 4 cốc dưa cải bắp
- 1 muỗng canh dầu thực vật
- Bánh bao (mua ở cửa hàng hoặc tự làm)

HƯỚNG DẪN:

a) Ướp thịt lợn với muối, hạt tiêu và hạt caraway.

b) Chiên thịt lợn trong dầu cho đến khi chín vàng.

c) Thêm hành và tỏi, nấu cho đến khi mềm.

d) Thêm dưa cải bắp, đậy nắp và đun nhỏ lửa cho đến khi thịt lợn chín.

e) Chuẩn bị bánh bao theo gói hoặc công thức.

f) Phục vụ thịt lợn trên bánh bao với dưa cải bắp.

29.Sốt cà chua với thịt gà

THÀNH PHẦN:

- 4 ức gà
- 2 muỗng canh dầu thực vật
- 1 củ hành tây, xắt nhỏ
- 2 tép tỏi, băm nhỏ
- 2 cốc cà chua xay nhuyễn
- 1 chén nước luộc gà
- 1 thìa cà phê đường
- 1 muỗng cà phê kinh giới khô
- Muối và hạt tiêu cho vừa ăn
- 1/2 cốc kem đặc (tùy chọn)

HƯỚNG DẪN:

a) Gà nêm với muối và hạt tiêu.
b) Chiên gà trong dầu cho đến khi chín vàng, vớt ra khỏi chảo.
c) Xào hành và tỏi cho đến khi mềm.
d) Thêm cà chua xay nhuyễn, nước luộc gà, đường và kinh giới.
e) Cho gà trở lại chảo và đun nhỏ lửa cho đến khi chín.
f) Khuấy kem nếu muốn. Ăn kèm cơm hoặc mì ống.

30.Smažený Sýr (Phô mai chiên)

THÀNH PHẦN:

- 4 lát phô mai Edam hoặc Gouda
- 1 cốc vụn bánh mì
- 2 quả trứng, đánh bông
- Bột để nạo vét
- Dầu thực vật để chiên
- Nước sốt tartar để phục vụ

HƯỚNG DẪN:

a) Nhúng các lát phô mai vào bột mì.
b) Nhúng vào trứng đã đánh và phủ một lớp vụn bánh mì.
c) Đun nóng dầu trong chảo và chiên phô mai cho đến khi vàng nâu.
d) Ăn kèm với sốt tartar và trang trí với chanh.

31.Bánh bao với bắp cải và thịt hun khói

THÀNH PHẦN:

- 4 chén khoai tây bột, gọt vỏ và nghiền
- 2 cốc bột
- 2 quả trứng
- Muối
- 1 đầu bắp cải nhỏ, thái nhỏ
- 1 pound thịt hun khói (ví dụ: thịt lợn hun khói)
- Bơ để phục vụ

HƯỚNG DẪN:

a) Trộn khoai tây nghiền, bột mì, trứng và một chút muối để tạo thành bột bánh bao.

b) Tạo hình bánh bao và đun sôi cho đến khi chúng nổi lên.

c) Xào bắp cải thái nhỏ cho đến khi mềm.

d) Cắt thịt hun khói và ăn kèm với bánh bao và bắp cải.

e) Phủ bơ tan chảy lên trên.

32.Hovězí Guláš (Goulash thịt bò)

THÀNH PHẦN:

- 2 pound thịt bò hầm, cắt khối
- 2 củ hành tây, thái nhỏ
- 3 tép tỏi, băm nhỏ
- 2 muỗng canh ớt bột ngọt
- 1 muỗng cà phê hạt caraway
- 2 muỗng canh bột cà chua
- 2 chén nước luộc thịt bò
- Muối và hạt tiêu cho vừa ăn
- Dầu nấu ăn

HƯỚNG DẪN:

a) Chiên các khối thịt bò trong dầu cho đến khi chín vàng.
b) Thêm hành và tỏi, nấu cho đến khi mềm.
c) Khuấy ớt bột, hạt caraway và bột cà chua.
d) Đổ nước dùng thịt bò vào, nêm muối và hạt tiêu.
e) Đun nhỏ lửa cho đến khi thịt bò mềm và nước sốt đặc lại.

33.Svíčková na Houbách (Thăn thăn với nấm)

THÀNH PHẦN:

- 2 pound thăn bò
- 1 củ hành tây, thái nhỏ
- 2 tép tỏi, băm nhỏ
- 1 chén nấm, thái lát
- 1 chén nước luộc thịt bò
- 1 cốc kem đặc
- 2 muỗng canh dầu thực vật
- 2 thìa bột mì
- Muối và hạt tiêu cho vừa ăn

HƯỚNG DẪN:

a) Chiên thịt bò trong dầu cho đến khi chín vàng thì vớt ra khỏi chảo.
b) Xào hành, tỏi và nấm cho đến khi mềm.
c) Khuấy bột và dần dần thêm nước luộc thịt bò và kem.
d) Cho thịt bò trở lại chảo và đun nhỏ lửa cho đến khi chín.
e) Nêm với muối và hạt tiêu.

34.Vịt quay sốt chua

THÀNH PHẦN:

- 1 con vịt nguyên con, làm sạch và để khô
- Muối và hạt tiêu cho vừa ăn
- 1 củ hành tây, cắt tư
- 2 quả táo, bỏ lõi và thái lát
- 1 chén nước luộc gà hoặc rau
- 1 cốc kem chua
- 2 thìa bột mì
- 2 thìa đường

HƯỚNG DẪN:

a) Ướp vịt với muối và hạt tiêu.

b) Nhồi vịt với hành tây và lát táo.

c) Vịt nướng trong lò cho đến khi vàng nâu và chín.

d) Trong một cái chảo, trộn bột mì và đường, thêm nước dùng và kem chua.

e) Nấu cho đến khi nước sốt đặc lại, dùng kèm với vịt quay.

35.Bramborový Guláš (Goulash khoai tây)

THÀNH PHẦN:

- 4 củ khoai tây lớn, gọt vỏ và thái hạt lựu
- 1 củ hành tây, thái nhỏ
- 2 tép tỏi, băm nhỏ
- 2 muỗng canh ớt bột ngọt
- 1 muỗng cà phê hạt caraway
- 1 chén nước luộc rau hoặc thịt bò
- 2 muỗng canh bột cà chua
- 2 muỗng canh dầu thực vật
- Muối và hạt tiêu cho vừa ăn
- Rau mùi tây tươi để trang trí

HƯỚNG DẪN:

a) Trong nồi, xào hành và tỏi trong dầu thực vật cho đến khi mềm.

b) Thêm khoai tây thái hạt lựu, ớt bột và hạt caraway. Nấu trong vài phút.

c) Khuấy bột cà chua và đổ nước dùng.

d) Đun nhỏ lửa cho đến khi khoai tây mềm. Nêm với muối và hạt tiêu.

e) Trang trí với rau mùi tây tươi trước khi phục vụ.

36.Rau bina với bánh bao khoai tây

THÀNH PHẦN:

- 1 pound rau bina tươi, rửa sạch và cắt nhỏ
- 4 củ khoai tây lớn, luộc và nghiền
- 1 chén bột mì
- 2 quả trứng
- Muối và hạt tiêu cho vừa ăn
- Bơ để phục vụ

HƯỚNG DẪN:

a) Trộn khoai tây nghiền, bột mì, trứng, muối và hạt tiêu để tạo thành bột bánh bao.

b) Tạo hình bánh bao và đun sôi cho đến khi nổi lên.

c) Xào rau bina cắt nhỏ trong bơ cho đến khi chín.

d) Ăn rau bina trên bánh bao khoai tây. Thêm bơ nhiều hơn nếu muốn.

37. Utopenci (Xúc xích ngâm)

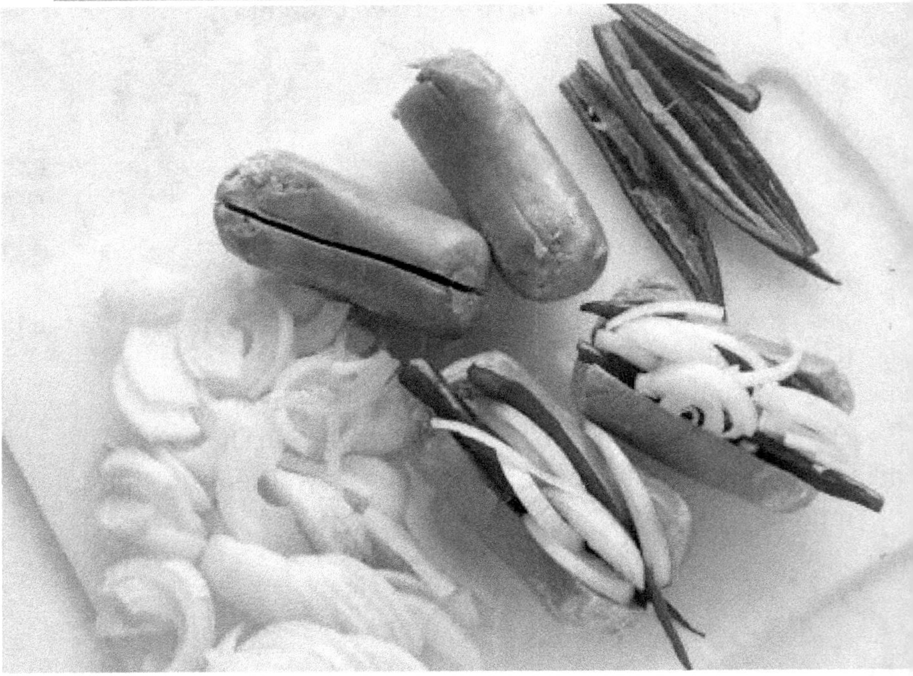

THÀNH PHẦN:

- Xúc xích 1 pound (các loại như Klobása có tác dụng tốt)
- 1 củ hành tây, thái lát mỏng
- 1 muỗng canh dầu
- 1 muỗng canh ớt bột
- 1 muỗng cà phê hạt caraway
- 1 thìa cà phê đường
- 1 ly nước
- Giấm để nếm
- Muối và hạt tiêu cho vừa ăn

HƯỚNG DẪN:

a) Trong chảo, xào hành tây thái lát trong dầu cho đến khi vàng.
b) Thêm ớt bột, hạt caraway và đường. Trộn đều.
c) Đổ nước và giấm vào. Đun sôi.
d) Thêm xúc xích và nấu cho đến khi chúng nóng lên.
e) Nêm với muối và hạt tiêu. Phục vụ ấm áp.

38.Sốt nấm với mì ống

THÀNH PHẦN:

- 2 chén nấm, thái lát
- 1 củ hành tây, thái nhỏ
- 2 tép tỏi, băm nhỏ
- 1 chén nước luộc rau hoặc gà
- 1 cốc kem đặc
- 2 thìa bơ
- 2 thìa bột mì
- Muối và hạt tiêu cho vừa ăn
- Rau mùi tây tươi để trang trí
- Mì ống nấu chín

HƯỚNG DẪN:

a) Trong chảo, xào hành và tỏi trong bơ cho đến khi mềm.

b) Thêm nấm thái lát và nấu cho đến khi chúng giải phóng độ ẩm.

c) Rắc bột mì lên nấm, khuấy đều.

d) Đổ nước dùng và kem vào, khuấy liên tục cho đến khi nước sốt đặc lại.

e) Nêm với muối và hạt tiêu. Dùng kèm với mì ống đã nấu chín, trang trí với rau mùi tây tươi.

39.người ăn chay lớn

THÀNH PHẦN:

- 1 c nấm khô
- 2 củ hành vừa, xắt nhỏ
- 2 muỗng canh dầu
- 8-10 oz / 250 g nấm nút tươi
- 1/2 muỗng cà phê muối
- 1/4 - 1/2 muỗng cà phê tiêu xay
- 5 - 6 hạt tiêu và quả mọng
- 2 lá nguyệt quế
- 1 củ cà rốt
- 15 quả mận
- 1 muỗng cà phê thì là
- 1 muỗng canh ớt bột hun khói
- 3 muỗng canh bột cà chua
- 1 c rượu vang đỏ khô
- 1 đầu bắp cải vừa

HƯỚNG DẪN:

a) Ngâm nấm khô trong nước ít nhất một giờ.

b) Đun nóng dầu trong nồi lớn và xào hành tây xắt nhỏ. Làm sạch và cắt lát nấm, sau đó thêm chúng vào hành tây khi chúng bắt đầu chuyển sang màu nâu xung quanh các cạnh. Tiếp tục xào với muối, tiêu xay, hạt tiêu, hạt tiêu và lá nguyệt quế.

c) Cà rốt nên gọt vỏ và cắt nhỏ. Đổ vào nồi.

d) Khuấy mận cắt tư, thì là, ớt bột hun khói, bột cà chua và rượu vang.

e) Bắp cải nên được cắt làm tư và thái lát. Trộn tất cả mọi thứ lại với nhau trong nồi.

f) Đậy nắp và nấu bắp cải cho đến khi khối lượng giảm đi một chút. Nấu thêm 10 phút nữa hoặc cho đến khi bắp cải mềm.

40.Bánh bao Silesian

THÀNH PHẦN:

- 6 đến 7 củ khoai tây vừa, gọt vỏ
- 1 muỗng canh muối
- 120g tinh bột khoai tây, nếu cần

HƯỚNG DẪN:

a) Luộc khoai tây cho mềm trong nước muối. Để ráo nước và nghiền bằng máy nghiền khoai tây cho đến khi mịn. Để tạo một lớp khoai tây phẳng ở đáy chảo, hãy dùng tay ấn xuống.

b) Dùng dao cắt lớp khoai tây thành bốn nửa bằng nhau. Loại bỏ một thành phần và phân bổ đều cho ba thành phần còn lại. Chỉ một phần tư chảo sẽ được sử dụng.

c) Thêm đủ bột khoai tây để lấp đầy phần trống sao cho ngang bằng với lớp khoai tây. Lớp phủ bột phải được làm phẳng.

d) Đun sôi nước trong nồi lớn.

e) Dùng tay tạo thành những quả bóng nhỏ có kích thước bằng quả óc chó. Làm phẳng một chút và dùng ngón tay cái của bạn chọc một lỗ ở giữa.

f) Thêm một ít bánh bao vào nước sôi, cẩn thận không để chảo quá đông. Khuấy bằng thìa gỗ để chúng không dính vào đáy chảo và nấu cho đến khi chúng nổi lên trên. Dùng thìa có rãnh, lấy thịt gà ra và dùng với nước sốt hoặc kem.

41̀.lạnh với táo

THÀNH PHẦN:

- 2 chén cơm
- 4 cốc sữa thực vật
- 1/2 muỗng cà phê muối
- 4 quả táo chua
- 1/4 muỗng cà phê hạt nhục đậu khấu
- 2 muỗng canh đường
- 1/12 muỗng cà phê quế
- 1 muỗng cà phê vani
- 2 thìa cà phê + 2 thìa bơ dừa

HƯỚNG DẪN:

a) Trong một cái chảo vừa, đun nóng sữa thực vật với muối. Thêm gạo đã vo sạch và nấu trên lửa nhỏ cho đến khi chín.

b) Tiếp tục đảo cơm. Chỉ cạo nó ra nếu nó dính vào đáy. Tiếp tục khuấy nhẹ nhàng cho đến khi cơm chín.

c) Làm nóng lò ở nhiệt độ 350 độ F (180 độ C).

d) Cắt nhỏ táo trong máy xay rau sau khi gọt vỏ và bỏ lõi. Nấu cho đến khi chất lỏng bay hơi trong chảo khô với hạt nhục đậu khấu.

e) Thêm đường, quế và vani vào cơm đã nấu chín. Khuấy mọi thứ thật kỹ.

f) Bôi bơ dừa vào chảo 8 × 8 inch (20 x 20 cm). Một nửa số gạo sẽ rơi xuống đáy chảo, tiếp theo là tất cả táo và số gạo còn lại. Những lát bơ dừa mỏng được đặt lên trên.

g) Nấu trong 20 phút. Phục vụ ấm hoặc ướp lạnh.

42.Mì & Bánh bao Séc

THÀNH PHẦN:

- 2 gói men khô
- 4 thìa cà phê đường
- 1 cốc cộng với 2 thìa sữa ấm làm từ thực vật
- 1 pound bột mì đa dụng
- 1 thìa cà phê muối
- 3 muỗng canh bơ dừa , tan chảy

HƯỚNG DẪN:

a) Làm một miếng bọt biển trong một cái bát nhỏ bằng cách hòa tan men và đường trong sữa thực vật rồi trộn với 1/2 cốc bột mì.

b) Kết hợp hỗn hợp bột, muối và men còn lại trong một chậu trộn lớn. Trộn khoảng 5 phút bằng tay hoặc máy hoặc cho đến khi hỗn hợp phồng rộp và bong ra khỏi thành bát. Trộn đều bơ dừa tan chảy đã nguội vào.

c) Hãy tăng lên cho đến khi nó có kích thước gấp đôi. Đổ bột mì ra bề mặt và nhào thêm bột mì nếu bột quá dính. Cắt bằng dao cắt 3 inch hoặc kính sau khi vỗ nhẹ xuống độ dày 1 inch. Phế liệu có thể được cuộn lại và cắt lần thứ hai. Cho phép tăng lên cho đến khi có kích thước gấp đôi.

d) Trong lúc đó, đổ đầy nước vào hai chậu lớn 3/4. Buộc một vòng bao bột mì hoặc vật liệu không có xơ khác lên trên miệng nồi bằng dây thịt và đun sôi nước. Đặt càng nhiều bánh bao càng tốt vào hộp đựng.

e) Hấp bánh bao trong 15 phút với nắp đậy trên chảo. Bánh bao sẽ xẹp xuống nếu nắp được nhấc lên trong quá trình hấp.

f) Ngoài ra, bạn có thể đặt một tấm chắn trên mặt nồi, thêm bao nhiêu bánh bao tùy thích mà không cần chạm vào, sau đó đậy lại bằng một chiếc bát nhựa chịu nhiệt đã được úp ngược lại.

g) Đặt bánh bao để nguội trên giá lưới. Đông lạnh hoặc bảo quản bánh bao trong túi có khóa kéo trong tủ lạnh.

43.M acaroni với dâu tây

THÀNH PHẦN:

- M acaroni của sự lựa chọn của bạn
- 3 cốc dâu tây, tươi hoặc đông lạnh
- 1 cốc sữa chua nguyên chất làm từ thực vật , kem dừa hoặc sữa chua làm từ thực vật Hy Lạp
- đường để hương vị

HƯỚNG DẪN:

a) Thực hiện theo hướng dẫn trên gói để làm mì ống theo lựa chọn của bạn.

b) Rửa sạch và loại bỏ cuống dâu tây. Cắt nhỏ vài quả dâu tây để bày lên đĩa.

c) Trong máy xay sinh tố, kết hợp dâu tây, kem hoặc sữa chua làm từ thực vật, đường và chiết xuất vani còn lại.

d) Nếu bạn muốn nước sốt đặc hơn, hãy nghiền dâu tây bằng nĩa hoặc trộn chúng theo mẻ, cho dâu tây cuối cùng xay nhanh bằng máy xay.

e) Trộn mì ống đã nấu chín với nước sốt dâu tây. Ăn nóng hay lạnh đều ngon.

44.Bắp cải cuộn Séc

THÀNH PHẦN:

- 1 đầu bắp cải trắng
- 120g kiều mạch
- 3 muỗng canh bơ dừa
- 2 muỗng canh dầu ô liu
- 1 củ hành tây, xắt nhỏ
- 1 tép tỏi, băm nhỏ
- 300g nấm, cắt nhỏ
- 1 muỗng canh kinh giới khô
- 2 viên nước luộc rau củ
- nước tương để nếm thử
- Muối và hạt tiêu cho vừa ăn

HƯỚNG DẪN:

a) Đun sôi trong một ấm nước lớn. Loại bỏ phần lõi của bắp cải trước khi cho vào nồi. Khi các lá bên ngoài mềm ra thì loại bỏ chúng. Phần dày của sườn bắp cải cần được cắt bỏ. Loại bỏ khỏi phương trình.

b) Trong lúc chờ đợi, hãy chuẩn bị các tấm kiều mạch theo hướng dẫn trên bao bì. Để ráo nước và để riêng 1 thìa bơ dừa.

c) Đun nóng dầu trong chảo rồi cho hành và tỏi vào xào.

d) Đun chảy 1 thìa bơ dừa trong chảo rồi xào nấm. Cho kiều mạch và hành tây đã xào vào. Kinh giới, nước tương, muối và hạt tiêu cho vừa ăn. Trộn kỹ.

e) Đặt những lá bắp cải nhỏ hoặc bị gãy vào đáy đĩa thịt hầm. Ở giữa mỗi lá, thêm khoảng 2 muỗng cà phê nhân.

f) Nhét phần cuống bắp cải lên trên phần nhân nhồi, sau đó gấp các cạnh của bắp cải lên trên. Tạo một gói từ bắp cải bằng cách cuộn lại và chồng các đầu lại để bịt kín. Đặt từng miếng vào đĩa thịt hầm đã chuẩn bị sẵn, úp mặt đường may xuống.

g) Trong cốc đo 500ml, hòa tan các viên nước kho và đổ lên các cuộn bắp cải. Thêm bơ dừa cuối cùng. Che phần còn lại của lá bắp cải.

h) Đun nhỏ lửa ở nhiệt độ thấp trong 30 đến 40 phút.

45.Séc với mận

THÀNH PHẦN:

- 10 (350 g) p khoai tây luộc chín, để nguội và gọt vỏ
- 1/2 chén bột yến mạch
- 1/4 chén sốt táo
- 12-14 hoặc 7-8 quả mận

HƯỚNG DẪN:

a) Nấu chín khoai tây và để nguội.
b) Nếu sử dụng mận lớn, hãy cắt chúng làm đôi.
c) Dùng máy nghiền khoai tây, chế biến khoai tây.
d) Nhào cơm khoai tây, bột yến mạch và nước sốt táo với nhau cho đến khi tạo thành một khối bột cứng. (Nó sẽ hơi dính một chút.)
e) Cán bột trên một mặt phẳng và cắt thành 12-14 miếng tròn có kích thước bằng nhau.
f) Đối với những vòng tròn nhỏ, cán bột.
g) Bịt kín từng vòng tròn bằng cách đặt một nửa quả mận/quả mận vào giữa. Bạn nên để tay ướt vì nó sẽ giúp việc bịt đầu gối dễ dàng hơn.
h) Trong một cái nồi lớn, đun sôi nước.
i) Giảm nhiệt xuống thấp và để nước sủi bọt trước khi thêm 3-4 đốt ngón tay vào nồi.
j) Nấu khoảng 5 phút khi chúng nổi lên mặt nước.

Súp

46.Tarator (Súp dưa chuột)

THÀNH PHẦN:

- 1 quả dưa chuột
- 1 cốc sữa chua
- Một ít thì là
- Một số quả óc chó
- Muối, dầu thực vật và nước

HƯỚNG DẪN:

a) Bào hoặc thái nhỏ dưa chuột và cho vào tô lớn.
b) Thêm quả óc chó xay và thì là tươi thái nhỏ.
c) Đổ sữa chua vào.
d) Dần dần thêm nước - độ dày giảm theo khẩu vị.
e) Cuối cùng, thêm dầu thực vật.

47.Súp khoai tây

THÀNH PHẦN:

- 1 củ mùi tây
- Nấm (1-2 cốc)
- 4-6 củ khoai tây, cắt khối
- 6 tép tỏi
- 6-8 cốc nước
- 1 muỗng canh gia vị rễ cần tây
- 1/4 chén nấm khô, xắt nhỏ
- Khoảng 1/2 chén thịt xông khói cắt nhỏ
- 1/2 chén bột mì
- 1/2 cốc nước
- 1/4 cốc kinh giới
- Muối và hạt tiêu cho vừa ăn
- 1 bó hẹ, xắt nhỏ

HƯỚNG DẪN:

a) Cắt củ cải, nấm và khoai tây thành từng miếng nhỏ.

b) Nghiền 6 tép tỏi rồi cho vào nồi cùng nước, thịt xông khói cắt nhỏ, gia vị rễ cần tây và nấm khô.

c) Sau 45 phút, thêm hỗn hợp dầu hướng dương và bột mì vào. Nêm kinh giới, muối và hạt tiêu.

d) Nấu súp trong khoảng 1,5 giờ.

48. Goulash Séc (Skvělý Hovězí Guláš)

THÀNH PHẦN:

- 4 muỗng canh dầu để chiên
- 5 tép tỏi
- 1 muỗng cà phê ớt bột ngọt
- 3 miếng hành tây
- 1 thìa cà phê kinh giới
- 1 thìa cà phê ớt xay
- 750 g thịt bò
- 1 thìa cà phê thì là xay

HƯỚNG DẪN:

a) Đun nóng dầu trong nồi lớn trên lửa vừa. Thêm hành và tỏi.

b) Thêm thịt bò và để nó có màu nâu ở bên ngoài.

c) Thêm ớt bột và khuấy cho đến khi thịt được bao phủ.

d) Thêm bột mì và bột cà chua cho đến khi nước ép ngấm, sau đó thêm nước để phủ thêm một ít thịt.

e) Trộn đều bột để loại bỏ tất cả các cục. Thêm muối và tiêu.

f) Đun sôi, sau đó đậy nắp và đun nhỏ lửa trong khoảng hai giờ.

g) Nước sốt sẽ dần đặc lại và thịt sẽ mềm. Khi đã sẵn sàng, hãy phục vụ.

49. Canh chua chua

THÀNH PHẦN:

- 6 chén nước luộc rau
- 1 ½ cốc cà rốt thái nhỏ
- ½ chén cần tây thái hạt lựu
- 1 chén khoai tây tươi gọt vỏ, thái hạt lựu
- 1 chén tỏi hoặc dưa chua thì thái nhỏ
- Bột mì, nếu cần (khoảng ¼ cốc)

HƯỚNG DẪN:

a) Trong một cái chảo lớn, đun sôi nước dùng nhanh chóng, sau đó giảm nhiệt xuống thấp và để sôi. Đun nhỏ lửa trong 15 phút với cà rốt cần tây và khoai tây.

b) Đun nhỏ lửa trong 30 phút hoặc cho đến khi khoai tây chín, thêm dưa chua nếu cần. Nếu bạn muốn súp đặc hơn, hãy tạo hỗn hợp sệt gồm bột mì và nước với tỷ lệ bằng nhau.

c) Từ từ đổ sữa vào, khuấy liên tục cho đến khi súp đặc lại.

50.súp

THÀNH PHẦN:

- 2 bó củ cải cùng rau xanh (khoảng 8-9 củ vừa)
- ½ chén hành tây xắt nhỏ
- Cà chua hầm 1 pound
- 3 thìa nước cốt chanh tươi
- ⅓ cốc chất tạo ngọt dạng hạt

HƯỚNG DẪN:

a) Chà và làm sạch củ cải nhưng vẫn để nguyên vỏ. Giữ rau xanh an toàn. Trong một cái nồi lớn, trộn củ cải, hành tây và 3 lít nước.

b) Nấu trong một giờ hoặc cho đến khi củ cải cực kỳ mềm. Lấy củ cải ra khỏi nước nhưng KHÔNG Vứt nước đi. Bỏ hành tây đi.

c) Cho củ cải trở lại nước sau khi thái nhỏ. Rau xanh nên được rửa sạch và cắt nhỏ trước khi cho vào nước. Cho cà chua, nước cốt chanh và chất làm ngọt vào tô trộn. Nấu trong 30 phút trên lửa vừa hoặc cho đến khi rau xanh mềm.

d) Trước khi phục vụ, hãy làm lạnh ít nhất 2 giờ.

51.dâu / việt quất

THÀNH PHẦN:

- 1 pound dâu tây hoặc quả việt quất tươi, rửa sạch
- 1 ¼ cốc nước
- 3 muỗng canh chất tạo ngọt dạng hạt
- 1 muỗng canh nước cốt chanh tươi
- ½ cốc kem cà phê đậu nành hoặc gạo
- Tùy chọn: 2 chén mì nấu chín để nguội

HƯỚNG DẪN:

a) Trong một nồi vừa, kết hợp trái cây với nước và đun nóng đến sôi nhanh.

b) Giảm nhiệt xuống thấp, đậy nắp và nấu trong 20 phút hoặc cho đến khi trái cây rất mềm.

c) Trộn trong máy xay cho đến khi mịn. Cho hỗn hợp nhuyễn vào nồi và khuấy đều đường, nước cốt chanh và kem tươi. Để sôi trong 5 phút sau khi khuấy.

d) Trước khi dùng, hãy làm lạnh súp ít nhất 2 giờ.

e) Món súp này theo truyền thống được phục vụ riêng hoặc với mì lạnh.

52.Súp bắp cải

THÀNH PHẦN:

- 2 muỗng canh bơ thực vật
- 2 chén bắp cải xanh thái nhỏ
- ½ muỗng cà phê tiêu đen
- 3 cốc nước
- 2 chén khoai tây gọt vỏ và thái hạt lựu
- ½ cốc cà chua tươi cắt nhỏ

HƯỚNG DẪN:

a) Trong nồi súp, làm tan chảy bơ thực vật.

b) Thêm bắp cải và hạt tiêu vào nấu khoảng 7 phút hoặc cho đến kh bắp cải chín vàng.

c) Cho khoai tây, cà chua và nước vào; đậy nắp và đun sôi trong 2(phút hoặc cho đến khi khoai tây chín.

53.Súp rau

THÀNH PHẦN:

- súp rau (2 củ cà rốt, ½ củ cần tây, 1 tỏi tây, rau mùi tây tươi)
- 1 cốc (100 g) bông súp lơ
- ½ cốc (50 g) ngô nấu chín
- muối và tiêu
- tùy chọn: khối nước dùng, hành tây

HƯỚNG DẪN:

a) Đun sôi 2 lít (2 l) nước trong nồi lớn.

b) Cắt cà rốt, rễ cần tây và tỏi tây thành lát 1/4 inch (6 mm). Giảm nhiệt xuống thấp và thêm các loại rau thái lát , bông súp lơ và ngô vào nước sôi.

c) Nêm muối và hạt tiêu cho vừa ăn rồi đun nhỏ lửa khoảng 40 phút trên lửa vừa.

d) Trang trí với hoa mùi tây thái hạt lựu.

54.Súp cà chua

THÀNH PHẦN:

- 2 qt (2 l) nước dùng
- 2 muỗng canh kem dừa
- 1 muỗng canh bột mì
- 5 oz (150 ml) sốt cà chua
- muối và tiêu
- rau thì là

HƯỚNG DẪN:

a) Lọc nước dùng làm từ súp rau (2 củ cà rốt, 12 củ hành tây, 12 củ cần tây, 1 tỏi tây, nhiều cọng mùi tây) và giữ lại nước.

b) Trộn nước cốt dừa với bột mì rồi cho vào nước dùng cùng với tương cà chua.

c) Đun sôi trên lửa lớn, nêm muối và hạt tiêu và trang trí với thì là.

d) Để món súp thêm no, bạn có thể thêm cơm hoặc mì.

55.Canh chua

THÀNH PHẦN:

- 3 củ khoai tây
- 1 viên nước dùng
- 1 muỗng canh bơ dừa
- 2 quả dưa chua lớn, thái hạt lựu
- 1 cốc (250 ml) nước dưa chua
- 2 muỗng canh kem dừa
- 1 muỗng canh bột mì
- muối
- rau thì là

HƯỚNG DẪN:

a) Gọt vỏ và cắt khoai tây thành những khối vuông khoảng 1,3 cm sau đó luộc chúng cùng với nước luộc thịt và bơ dừa trong 2 lít (2 lít) nước.

b) Thêm dưa chua thái lát mỏng và nước dưa chua sau khoảng 20 phút, khi khoai tây bắt đầu mềm.

c) Cho nước cốt dừa và bột mì vào tô riêng, sau đó thêm dần 3 thìa nước dùng đang đun sôi trên lửa. Sau đó cho hỗn hợp trở lại súp và đun sôi lại.

d) Thêm muối và thì là thái hạt lựu cho vừa ăn (nhưng trước tiên hãy nếm thử món súp để đảm bảo nước dưa chua không quá nồng).

e) Có thể dùng gạo thay cho khoai tây. Khi nấu xong, bỏ qua bước 1 và cho 3 chén cơm vào.

56.Súp lúa mạch đen

THÀNH PHẦN:

- 2 qt (2 l) nước dùng
- 2 chén bột lúa mạch đen chua
- 2 muỗng canh bột mì
- Muối
- 2 tép tỏi
- tùy chọn: nấm

HƯỚNG DẪN:

a) Đun sôi súp rau (2 củ cà rốt, 12 củ hành tây, 1 cần tây, 1 tỏi tây, nhiều cọng mùi tây) trong 2 lít (2 l) nước để làm nước dùng. Bạn cũng có thể thêm một ít nấm cắt nhỏ nếu muốn.

b) Lọc súp qua rây, giữ lại chất lỏng rồi thêm hỗn hợp urek và bột mì vào nước dùng khi rau mềm (khoảng 40 phút).

c) Bạn có thể nêm muối cho vừa ăn.

d) Thêm tỏi vào nước dùng, băm nhuyễn hoặc thái hạt lựu.

57. Súp củ cải ướp lạnh

THÀNH PHẦN:

- 1 bó củ cải đường
- 1 quả dưa chuột
- 3–5 củ cải
- rau thì là
- hẹ
- 1 qt (1 l) sữa chua nguyên chất làm từ thực vật
- muối và tiêu
- đường
- tùy chọn: nước chanh

HƯỚNG DẪN:

a) Lấy củ cải ra khỏi bó, thái nhỏ chỉ thân và lá củ cải rồi đun nhỏ lửa trong khoảng 40 phút với một lượng nước nhỏ cho đến khi mềm. Để nguội trước khi phục vụ.

b) Dưa chuột, củ cải, thì là và hẹ đều nên thái nhỏ. Kết hợp các thành phần này, cũng như hỗn hợp củ cải đường, trong sữa chua làm từ thực vật và khuấy đều.

c) Để nếm thử, nêm muối, hạt tiêu, đường và nước cốt chanh nếu muốn. Xay hoặc xay nhuyễn súp nếu bạn muốn súp có kết cấu mịn hơn.

d) Ăn lạnh với thì là thái hạt lựu lên trên.

e) Món súp này theo truyền thống được làm chỉ bằng thân và lá của cây củ cải đường. Tuy nhiên, bạn chỉ có thể sử dụng củ cải đường. 1 pound củ cải nấu chín, nghiền mịn và kết hợp với các nguyên liệu còn lại

58.Súp trái cây

THÀNH PHẦN:

- 1 muỗng canh bột khoai tây
- 1 cốc (250 ml) nước dùng, ướp lạnh
- 3 quả táo
- 8 oz (250 g) mận hoặc anh đào
- ⅓–½ cốc (75–115 g) đường

HƯỚNG DẪN:

a) Để tạo thành hỗn hợp sệt, trộn một nửa nước dùng nguội với bộ mì.

b) Đun sôi táo, mận hoặc anh đào trong 112 lít (112 l) nước sau kh gọt vỏ. Khi quả mềm, bạn xay nhuyễn hoặc xay nhuyễn với nướ trong máy xay rồi nêm đường cho vừa ăn.

c) Trộn bột mì và nước dùng trong tô trộn.

d) Khuấy hỗn hợp nước dùng cho đến khi mọi thứ được trộn đều.

e) Có thể dùng các loại trái cây khác để nấu món súp này. Mận, đạ hoàng, dâu dại, quả mâm xôi, quả mâm xôi và anh đào đều đượ sử dụng trong một số món súp trái cây cổ điển của Séc. Có thể dùng sữa thực vật hoặc kem dừa cùng với đường để có hương v nhẹ nhàng hơn.

f) Trong những tháng hè nóng nực, món súp này cùng với chodnik là lý tưởng.

59.Súp khoai tây

THÀNH PHẦN:

- 1½ qt (1½ l) nước luộc rau
- 2 củ hành
- 2 tỏi tây
- 5 tép tỏi
- 3 muỗng canh dầu ô liu
- 4 củ khoai tây
- các loại thảo mộc: lá nguyệt quế, húng tây, hẹ
- muối và tiêu

HƯỚNG DẪN:

a) Cắt nhuyễn hành tây và tỏi tây, sau đó cắt thành từng khoanh 1/4 inch (6 mm) rồi xào trong dầu ô liu cùng với các tép tỏi đã cắt lát.

b) Cắt khối khoai tây sau khi rửa sạch, gọt vỏ và rửa sạch.

c) Thêm khoai tây, rau thơm, muối và hạt tiêu khi hành và tỏi tây có màu nâu vừa. Khuấy trong giây lát, sau đó phủ nước kho lên và nấu khoảng 30 phút ở lửa nhỏ cho đến khi khoai tây mềm.

d) Sau khi súp nguội, xay nhuyễn trong máy xay cho đến khi mịn. Nêm muối và hạt tiêu cho vừa ăn.

60.Súp chanh

THÀNH PHẦN:

- 2 qt (2 l) nước dùng hoặc nước dùng
- ½–1 cốc (95–190 g) gạo trắng
- 2 quả chanh
- muối và tiêu
- tùy chọn: ½ cốc nước cốt dừa

HƯỚNG DẪN:

a) Nấu nước dùng với 2 lít (2 l) nước và súp rau hoặc nước kho (2 củ cà rốt, 12 củ hành tây, 1 củ cần tây, 1 củ tỏi tây, nhiều cọng mùi tây).

b) Nấu cơm chỉ với nước dùng hoặc nước kho cho đến khi cơm mềm, khoảng 25 phút.

c) Gọt vỏ 1 quả chanh, thái lát mỏng rồi trộn với chút muối vào cơm đang sôi.

d) Tiếp tục khuấy súp trong khi thêm nước cốt chanh còn lại.

e) Nấu trong vài phút trên lửa nhỏ, nêm muối và hạt tiêu cho vừa ăn.

61.Súp Kohlrabi Séc

THÀNH PHẦN:

- 1 củ su hào gọt vỏ, cắt khối, dùng cả lá (xem Hướng dẫn)
- 1 củ hành vừa thái nhỏ
- 1 củ cà rốt vừa gọt vỏ, thái hạt lựu
- 2 củ khoai tây vừa gọt vỏ, cắt khối
- 2 muỗng canh rau mùi tây và thì là, thái nhỏ
- 1 l nước luộc rau nóng (chỉ hơn 4 cốc)
- 1 muỗng canh dầu và bơ mỗi loại
- Muối biển và hạt tiêu cho vừa ăn
- 1 muỗng canh tinh bột ngô cộng với 2 muỗng canh nước nóng đ làm đặc súp (tùy chọn, xem Hướng dẫn).

HƯỚNG DẪN:

a) Gọt vỏ và cắt thô lá su hào, bỏ cuống. Cắt su hào, cà rốt và khoa tây thành khối.

b) Đun nóng 1 thìa dầu trong nồi lớn, sau đó cho hành tây vào đur nhỏ lửa trong 3 phút hoặc cho đến khi mềm. Nấu trong vài phút khuấy thường xuyên với phần rau và mùi tây còn lại.

c) Thêm nước luộc rau, hạt tiêu vào nêm gia vị, khuấy đều, đậy nắ và đun sôi, sau đó giảm lửa nhỏ và nấu, thỉnh thoảng khuấy tron khoảng 30 phút hoặc cho đến khi rau mềm .

d) Thêm thì là xắt nhỏ và đun nhỏ lửa thêm 3 phút nữa. Bạn có th làm đặc súp vào thời điểm này (mặc dù không nhất thiết phải làm vậy). Để làm như vậy, hãy kết hợp 2 muỗng canh nước nóng vớ tinh bột ngô, sau đó khuấy vào súp và nấu trong 3 phút.

e) Tắt bếp, nêm nếm vừa ăn và cho một thìa bơ vào trước khi dùng.

62.Súp măng tây

THÀNH PHẦN:

- 1 lb (450 g) măng tây trắng
- súp rau (2 củ cà rốt, 1 củ tỏi tây, ½ củ cần tây, rau mùi tây tươi)
- 2 muỗng canh bơ dừa
- ¼ cốc (30 g) bột mì
- muối và đường
- ½ cốc (125ml) nước cốt dừa

HƯỚNG DẪN:

a) Gọt vỏ măng tây và làm sạch măng tây. Nấu thân măng tây và nguyên liệu súp cho đến khi mềm trong nồi với 2 lít (2 l) nước. Chất lỏng của nước dùng nên được tiết kiệm.

b) Nấu riêng phần đầu măng tây trong một lượng nước nhỏ.

c) Nghiền nhuyễn cọng măng tây và xay nhuyễn.

d) Kết hợp măng tây xay nhuyễn với nước súp.

e) Trong chảo, làm tan chảy bơ dừa và khuấy đều bột mì để tạo thành roux ở lửa nhỏ. Thêm đầu măng tây đã nấu chín, muối và tiêu vào súp trong khi nấu.

f) Ăn kèm với bánh mì nướng và một ít kem dừa ở cuối.

SALAD VÀ MÓN MẶT

63.Bramborový Salát (Salad khoai tây)

THÀNH PHẦN:

- 4 củ khoai tây lớn, luộc và thái hạt lựu
- 1/2 chén sốt mayonaise
- 1 muỗng canh mù tạt
- 1 củ hành tây, thái nhỏ
- 2 quả dưa chua, thái nhỏ
- Muối và hạt tiêu cho vừa ăn
- Thì là tươi cắt nhỏ để trang trí

HƯỚNG DẪN:

a) Trong một bát, trộn mayonnaise và mù tạt.

b) Thêm khoai tây thái hạt lựu, hành tây xắt nhỏ và dưa chua. Trộn đều.

c) Nêm muối và hạt tiêu cho vừa ăn.

d) Trang trí với thì là tươi cắt nhỏ trước khi dùng.

64.Salad cà chua với phô mai Mozzarella

THÀNH PHẦN:

- 4 quả cà chua lớn, thái lát
- 1 quả phô mai mozzarella tươi, thái lát
- Lá húng quế tươi
- Dầu ô liu nguyên chất
- Giấm balsamic
- Muối và hạt tiêu cho vừa ăn

HƯỚNG DẪN:

a) Xếp các lát cà chua và mozzarella lên đĩa phục vụ.
b) Nhét lá húng quế tươi vào giữa các lát.
c) Rắc dầu ô liu và giấm balsamic.
d) Nêm với muối và hạt tiêu. Phục vụ ngay lập tức.

65.Okurkový Salat (Salad dưa chuột)

THÀNH PHẦN:

- 4 quả dưa chuột, thái lát mỏng
- 1 củ hành đỏ, thái lát mỏng
- 1/2 cốc kem chua
- 1 muỗng canh giấm trắng
- 1 thìa cà phê đường
- Muối và hạt tiêu cho vừa ăn
- Thì là tươi cắt nhỏ để trang trí

HƯỚNG DẪN:

a) Trong một cái bát, trộn kem chua, giấm trắng và đường.
b) Thêm dưa chuột thái lát và hành tây. Quẳng vào áo khoác.
c) Nêm muối và hạt tiêu cho vừa ăn.
d) Trang trí với thì là tươi cắt nhỏ trước khi dùng.

66.Houbový Salat (Salad nấm)

THÀNH PHẦN:

- 2 chén nấm, thái lát
- 1 củ hành tây, thái nhỏ
- 2 muỗng canh dầu thực vật
- 1 muỗng canh giấm rượu trắng
- 1 thìa cà phê mù tạt Dijon
- Muối và hạt tiêu cho vừa ăn
- Rau mùi tây tươi để trang trí

HƯỚNG DẪN:

a) Xào nấm thái lát và hành tây xắt nhỏ trong dầu thực vật cho đến khi mềm.

b) Trong một cái bát, trộn đều giấm rượu trắng, mù tạt Dijon, muối và hạt tiêu.

c) Đổ nước sốt lên nấm và hành tây. Quăng để kết hợp.

d) Trang trí với rau mùi tây tươi trước khi phục vụ.

67.Knedlíky (Bánh bao Séc)

THÀNH PHẦN:

- 4 chén bánh mì cũ, cắt thành khối
- 1 cốc sữa
- 2 quả trứng
- 1/4 chén bột mì đa dụng
- 1 thìa cà phê bột nở
- Muối

HƯỚNG DẪN:

a) Ngâm khối bánh mì trong sữa cho đến khi mềm.

b) Trong một cái bát, trộn bánh mì đã ngâm, trứng, bột mì, bột nở và một chút muối.

c) Tạo hỗn hợp thành hình trụ và hấp trong khoảng 20-30 phút.

d) Cắt lát và dùng như món ăn kèm với nước thịt hoặc nước sốt.

68.Zelí (Dưa bắp cải Séc)

THÀNH PHẦN:

- 1 pound dưa cải bắp
- 1 củ hành tây, thái nhỏ
- 2 muỗng canh dầu thực vật
- 1 muỗng cà phê hạt caraway
- 1 quả táo, gọt vỏ và xay nhuyễn
- 1 thìa đường
- Muối và hạt tiêu cho vừa ăn

HƯỚNG DẪN:

a) Rửa dưa cải dưới nước lạnh và để ráo nước.

b) Trong chảo, xào hành tây xắt nhỏ trong dầu thực vật cho đến khi trong suốt.

c) Thêm dưa cải bắp, hạt caraway, táo nghiền, đường, muối và hạt tiêu.

d) Nấu trên lửa nhỏ, thỉnh thoảng khuấy đều cho đến khi hương vị hòa quyện.

69.Salad cá chép khoai tây

THÀNH PHẦN:

- 4 phi lê cá chép
- 1 chén bột mì
- 2 quả trứng, đánh bông
- 1 cốc vụn bánh mì
- Dầu để chiên
- Salad khoai tây (tham khảo công thức Bramborový Salát)

HƯỚNG DẪN:

a) Phi lê cá chép tẩm bột mì phủ bột mì, nhúng vào trứng đánh tan rồi phủ vụn bánh mì.

b) Chiên cho đến khi vàng nâu cả hai mặt.

c) Ăn kèm cá chép chiên với salad khoai tây.

70.Špenátová Kase (Rau bina sốt kem)

THÀNH PHẦN:

- 1 pound rau bina tươi, rửa sạch và cắt nhỏ
- 2 thìa bơ
- 2 muỗng canh bột mì đa dụng
- 1 cốc sữa
- Muối và hạt nhục đậu khấu để nếm thử

HƯỚNG DẪN:

a) Trong chảo, xào rau bina cắt nhỏ trong bơ.

b) Rắc bột mì lên rau chân vịt, khuấy đều để tạo thành hỗn hợp roux.

c) Từ từ thêm sữa vào, khuấy liên tục để tránh vón cục.

d) Đun nhỏ lửa cho đến khi hỗn hợp đặc lại. Nêm muối và hạt nhục đậu khấu.

71.Salad củ cải (ćwikła)

THÀNH PHẦN:

- 4 củ cải đường
- 2 muỗng canh cải ngựa
- 1 muỗng cà phê đường
- ⅓ cốc (80 ml) giấm rượu
- mùi tây
- muối và tiêu

HƯỚNG DẪN:

a) Làm sạch củ cải và đun sôi trong nước khoảng 30 phút hoặc cho đến khi chúng mềm. Khi chúng nguội, lấy chúng ra và gọt vỏ.

b) Sử dụng các rãnh lưới vừa để xay củ cải.

c) Làm nước sốt với cải ngựa, đường, giấm, mùi tây, muối và tiêu, sau đó dùng nĩa trộn với củ cải.

d) Để nguội, cho vào tủ lạnh khoảng 2 tiếng.

e) Có thể dùng hành tây thay cho cải ngựa.

f) Trong 1 muỗng canh dầu ô liu, xào nhẹ 1 củ hành tây thái hạt lựu. Kết hợp dầu ô liu và gia vị, sau đó thêm nước sốt và hành tây vào củ cải và trộn đều.

72.B bắp cải đỏ trồng mâm xôi

THÀNH PHẦN:

- 6 chén bắp cải đỏ thái lát mỏng
- 8 oz / 225 g quả mâm xôi tươi hoặc đông lạnh
- 4 muỗng canh bơ dừa
- 3 muỗng canh bột mì đa dụng
- 6 quả bách xù
- 1/4 muỗng cà phê hạt tiêu xay
- 6-8 hạt tiêu nguyên hạt
- 2 lá nguyệt quế
- 2 muỗng canh giấm
- 1 1/2 cốc nước + 1/2 cốc khác nếu cần
- 1/2 chén rượu vang đỏ khô
- Muối và đường cho vừa ăn

HƯỚNG DẪN:

a) Cắt mỏng bắp cải (dùng máy xay thực phẩm để cắt lát mỏng và đều).

b) Trong một cái chảo lớn, làm tan chảy bơ dừa. Thêm quả bách xù, gia vị, hạt tiêu và lá nguyệt quế vào trong khi bơ dừa đang tan chảy. Khi nó tan chảy hoàn toàn với nhau, thêm bột mì và trộn cho đến khi mịn.

c) Cho bắp cải, quả mâm xôi, giấm, rượu vang đỏ, 1 1/2 cốc nước và 1 thìa cà phê muối vào. Khuấy kỹ, đậy nắp và đun nhỏ lửa trong khoảng 10 phút ở mức trung bình thấp.

d) Hương vị sau khi khuấy. Nếu nước sốt chưa đủ ngọt, hãy thêm 1 thìa cà phê đường và điều chỉnh lượng muối cho phù hợp.

e) Nấu thêm 10-20 phút nữa hoặc cho đến khi hương vị hòa quyện.

73.Salad cần tây và cam

THÀNH PHẦN:

- 1 củ cần tây lớn
- 1 quả cam hoặc 2 quả quýt
- ⅓ cốc (25 g) quả óc chó thái nhỏ
- ½ cốc (125ml) nước cốt dừa
- muối
- tùy chọn: ⅓ cốc (25 g) nho khô

HƯỚNG DẪN:

a) Sử dụng các rãnh lưới vừa để bào củ cần tây.

b) Gọt vỏ cam hoặc quýt và cắt chúng thành từng miếng 1/4 inch (6 mm).

c) Trộn cần tây, cam và quả óc chó với nhau bằng nĩa, sau đó thêm nước cốt dừa.

d) Rắc một chút muối cho vừa ăn. Bạn có thể thêm nho khô nếu muốn.

74.Salad rau củ

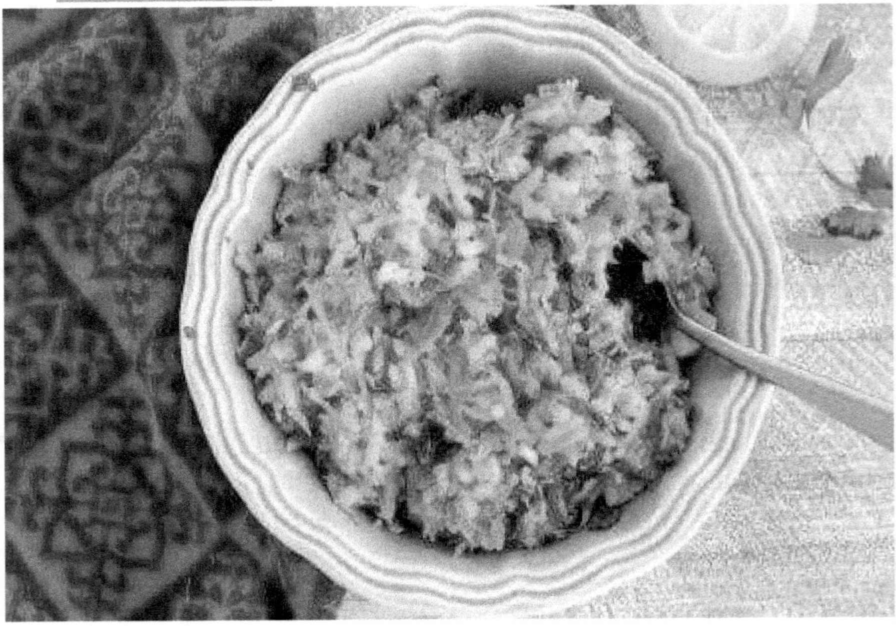

THÀNH PHẦN:

- 5 củ cà rốt luộc
- 2 củ mùi tây luộc
- 5 củ khoai tây luộc (tùy chọn)
- 1 củ cần tây luộc nhỏ (khoảng 15dag)
- 5 quả dưa chuột muối
- 2 quả táo
- 1 lon ngô nhỏ (tuỳ thích)
- 1 lon đậu xanh
- 1 muỗng canh mù tạt
- muối, tiêu, rau mùi tây, thì là

HƯỚNG DẪN:

a) Rửa sạch và nấu các loại rau mà không gọt vỏ (mỗi loại riêng lẻ); để nguội và bóc vỏ.

b) Loại bỏ lõi của táo và gọt vỏ.

c) Dùng dao sắc cắt rau, dưa chua và táo thành những hình vuông nhỏ. Hành lá nên được cắt nhỏ và đậu Hà Lan phải được lọc. Nêm với muối và hạt tiêu.

d) Rắc mùi tây và thì là lên món salad. Cho phép một giờ để chuẩn bị.

e) Trình bày

75.Bắp cải đỏ chua ngọt

THÀNH PHẦN:

- 3 chén bắp cải đỏ thái nhỏ
- ½ chén táo chua gọt vỏ và cắt nhỏ, chẳng hạn như Granny Smith
- 2 cốc nước sôi
- 1 muỗng canh nước ép táo cô đặc
- ½ thìa cà phê hạt tiêu xay
- 4 muỗng canh giấm

HƯỚNG DẪN:

a) Trong một nồi lớn, kết hợp tất cả các thành phần.

b) Đun sôi nhanh, sau đó giảm nhiệt xuống thấp và nấu cho đến khi bắp cải mềm, khoảng 20 phút.

món tráng miệng

76.Jablečný Závin (Táo Strudel)

THÀNH PHẦN:

- 4 quả táo lớn, gọt vỏ và thái lát
- 1 cốc đường
- 1 thìa cà phê quế
- 1/2 cốc nho khô
- Tấm bánh ngọt Filo
- Bơ, tan chảy)
- vụn bánh mì

HƯỚNG DẪN:

a) Trộn táo, đường, quế và nho khô vào tô.
b) Đặt các tấm filo lên một bề mặt sạch sẽ, phết bơ tan chảy.
c) Rắc vụn bánh mì lên đĩa, sau đó thêm hỗn hợp táo vào.
d) Cuộn các tờ giấy lại, nhét các cạnh vào.
e) Phủ thêm bơ tan chảy lên trên và nướng cho đến khi có màu vàng nâu.

77.Bánh Bundt men bí ngô

THÀNH PHẦN:

- 1 cốc mousse bí ngô
- 2½ chén bột mì thường hoặc bột mì làm bánh mì
- ½ cốc sữa thực vật bất kỳ
- 7 gram men khô
- ½ chén đường mía hoặc bất kỳ loại đường chưa tinh luyện nào khác
- nước ép và vỏ của 1 quả chanh
- 1 muỗng canh dầu dừa lỏng
- 1 cốc nam việt quất khô

HƯỚNG DẪN:

a) Trộn bột mì, men, đường và quả nam việt quất vào tô trộn.

b) Trong một cái chảo nhỏ, đun nóng từ từ mousse bí ngô, sữa thực vật, nước cốt chanh, vỏ và dầu dừa. Nhào các nguyên liệu ướt vào bột. Việc này sẽ mất khoảng 8 phút để hoàn thành.

c) Rắc một lớp bột mỏng lên khuôn Bundt và bôi mỡ. Đặt bột vào chảo, đậy lại và để bột nở trong 1 giờ ở nơi ấm áp.

d) Làm nóng lò ở 180°C/350°F và nướng trong 35 phút (cho đến khi xiên que gỗ ra sạch).

78.bánh xốp

THÀNH PHẦN:

- 5 tấm wafer hình chữ nhật lớn
- ½ kg mứt lý chua đen
- 3 chén đậu xanh luộc (ít nhiều 1 chén khô)
- 1 lon sữa dừa làm từ thực vật
- 1 muỗng cà phê chiết xuất vani
- 2 muỗng canh đường mía
- 2 thìa ca cao
- 200 gram sô cô la đen (70% chất rắn ca cao)

HƯỚNG DẪN:

a) Mở lon sữa dừa và loại bỏ phần chất rắn màu trắng. Đun sôi trong nồi. Tắt lửa và khuấy đều sô cô la, ca cao, chiết xuất vani và đường.

b) Khuấy đều cho đến khi tất cả nguyên liệu tan chảy. Trộn đậu xanh hoàn toàn.

c) Đặt tấm wafer lên một miếng gỗ. Phủ nó bằng một nửa kem và miếng bánh xốp còn lại.

d) Phết một nửa mứt lên đó. Lặp lại với các tấm kem, mứt và bánh xốp còn lại. Nhẹ nhàng nhấn nút.

e) Đặt trong tủ lạnh trong 4-5 giờ.

f) Cắt thành từng miếng nhỏ.

79.Bánh táo ngày lễ

THÀNH PHẦN:

- 3 chén bột mì thường hoặc bột mì thường
- 2 muỗng canh tinh bột
- 2 muỗng canh đường bột chưa tinh chế
- 50 gram dầu dừa lỏng
- 15 thìa nước lạnh
- 2 kg táo nấu ăn
- 1 thìa cà phê quế
- 1 thìa cà phê thảo quả xay
- 1 cốc nho khô
- 1 cốc quả óc chó
- 1 cốc vụn bánh mì

HƯỚNG DẪN:

a) Trộn bột mì, tinh bột, đường bột và dầu dừa một cách cẩn thận. Mỗi lần thêm một thìa nước, trộn hoặc nhào bột sau mỗi lần thêm. Nhào bột cho đến khi có độ đàn hồi và mịn sau khi tất cả các nguyên liệu đã được trộn đều.

b) Chia bột thành hai nửa bằng nhau. Một trong số chúng phải được lăn ra trên một tờ giấy nướng có kích thước 20 x 30 cm/8 x 12 inch. Dùng nĩa đâm vào bột nhiều lần, đặt lên khay nướng và để nguội trong 30 phút. Đặt phần bột còn lại vào ngăn đá tủ lạnh trong 45 phút.

c) Lấy khay ra khỏi tủ lạnh và nướng ở nhiệt độ 190°C trong 15 phút. Cho phép bản thân thư giãn. Trong khi đó, chuẩn bị sẵn táo.

d) Gọt vỏ táo và loại bỏ lõi. Dùng dụng cụ vắt hoặc dụng cụ cắt lát mandolin để bào phô mai. Kết hợp quế, nho khô và quả óc chó cắt nhỏ vào tô trộn. Bạn có thể thêm mật ong nếu táo quá chua.

e) Rải đều vụn bánh mì lên đế nướng nửa chừng. Tiếp theo, những quả táo nên được rải trên bánh phồng.

f) Đặt bột đông lạnh lên trên những quả táo và nướng. Làm nóng lò ở 180°C/350°F và nướng trong 1 giờ.

80.Bánh quy gừng khoai tây

THÀNH PHẦN:

- ½ kg khoai tây gọt vỏ
- 5 muỗng canh dầu dừa lỏng
- ½ cốc xi-rô chà là hoặc xi-rô khác
- 2 thìa cà phê baking soda
- 2½ chén bột mì thường hoặc bột mì thường
- ½ chén tinh bột
- 4 muỗng canh gia vị bánh gừng
- 1 muỗng canh ca cao

HƯỚNG DẪN:

a) Nấu khoai tây cho đến khi mềm, sau đó để nguội và xay bằng máy nghiền khoai tây. Trộn xi-rô chà là và dầu dừa vào một cái bát.

b) Trong một chậu riêng, trộn bột mì, tinh bột, baking soda và gia vị bánh gừng. Nhào bột sau khi thêm chất lỏng.

c) Phủi bột mì lên tấm nướng bánh hoặc tấm lót bánh ngọt rồi cán bột thành độ dày khoảng 5 mm.

d) Sử dụng máy cắt bánh quy, cắt ra nhiều hình dạng khác nhau. Làm nóng lò ở 170°C/325°F và nướng trong 10 phút. Để nguội và trang trí tùy thích.

81.Mận hầm

THÀNH PHẦN:

- 2 lb (900 g) mận tươi
- tùy chọn: ¾ cốc (170 g) đường

HƯỚNG DẪN:

a) Rửa sạch mận và loại bỏ các hạt.

b) Đun sôi mận với một lượng nước nhỏ (vừa đủ ngập mận) và thỉnh thoảng khuấy đều.

c) Đường có thể được thêm vào sau hai giờ để có hương vị ngọt ngào hơn.

d) Khi nước hầm đặc lại và phần lớn nước đã bay hơi hết thì đổ vào lọ thủy tinh và bảo quản ở nơi thoáng mát.

e) Khi kết thúc thời gian nấu, hãy thêm hạt nhục đậu khấu, nước cốt chanh hoặc quế để tăng thêm hương vị.

82.mứt cam

THÀNH PHẦN:

- 2 lb (900 g) trái cây tươi, như táo, lê, mơ, anh đào và/hoặc dâu tây
- 1¾ cốc (395 g) đường

HƯỚNG DẪN:

a) Tùy thuộc vào loại trái cây bạn đang sử dụng, hãy làm sạch, gọt vỏ và bỏ hột.
b) Đun sôi với một lượng nước nhỏ (vừa đủ ngập), thỉnh thoảng khuấy đều.
c) Nghiền nhuyễn trong máy xay hoặc xay theo lỗ nhỏ nhất khi trái cây mềm.
d) Nấu trên lửa nhỏ cho đến khi khối đặc lại, khuấy liên tục.
e) Đổ vào lọ thủy tinh và bảo quản trong tủ lạnh.

83.Kisiel Séc

THÀNH PHẦN:

- 1 lbs trái cây (táo, mận, anh đào, v.v.)
- 2 cốc nước
- 2 muỗng canh đường
- 2 muỗng canh tinh bột khoai tây

HƯỚNG DẪN:

a) Chuyển sang bước 5 nếu bạn đã có sẵn kompot.

b) Rửa sạch và đặt trái cây vào nồi. Ví dụ như táo và lê nên được cắt thành từng miếng nhỏ hơn.

c) Bắt đầu đổ nước.

d) Đun sôi khoảng nửa giờ ở lửa vừa. Thêm một chút vị ngọt.

e) Lấy trái cây ra khỏi kompot hoặc để chúng bên trong.

f) Làm nguội nửa cốc kompot hoặc đợi cho đến khi nguội.

g) Trong nồi có một quả kompot.

h) Kết hợp tinh bột khoai tây và kompot LẠNH trong tô trộn.

i) Kết hợp kompot và tinh bột khoai tây trong cốc.

j) Đổ hỗn hợp vào kompot nóng còn lại vẫn đang sôi.

k) Trong cốc, đổ hỗn hợp tinh bột vào nồi kompot.

84.Pudding sữa trứng vani Séc

THÀNH PHẦN:

- ½ vỏ đậu vani, có thể thêm ½ muỗng canh chiết xuất vani
- 2 cốc + 2 muỗng canh sữa thực vật
- 5-7 thìa cà phê đường
- 3 muỗng canh bột khoai tây, có thể thêm bột ngô hoặc bột ngô
- 3-4 muỗng cà phê xi-rô mâm xôi, để phục vụ, tùy chọn

HƯỚNG DẪN:

a) Cắt một nửa quả vani theo chiều dọc và dùng dao cạo sạch đậu Loại bỏ khỏi phương trình.

b) Đun sôi 1,5 cốc (350 mL) sữa thực vật, đậu vani và đường.

c) Trộn bột khoai tây với sữa thực vật nguội còn lại. Khuấy nhanh bằng máy đánh trứng để tránh bị vón cục trong sữa thực vật đang sôi

d) Đun sôi, sau đó đun nhỏ lửa, khuấy liên tục trong khoảng 1 phút hoặc cho đến khi sữa trứng đặc lại.

e) Đổ vào từng ly hoặc đĩa tráng miệng sau khi lấy ra khỏi bếp.

f) Rưới lên trên một vài giọt xi-rô mâm xôi và dùng ngay.

85.Séc C ream F udge

THÀNH PHẦN:

- 1/2 chén đường
- 2–14 ounce sữa đặc có nguồn gốc từ thực vật
- 1/3 chén bơ dừa

HƯỚNG DẪN:

a) Kết hợp đường và sữa đặc có nguồn gốc thực vật trong một nồi vừa. Khi nó bắt đầu sôi, giảm nhiệt xuống thấp và tiếp tục khuấy nhẹ nhàng và liên tục. Cần hết sức thận trọng khi khuấy.

b) Sau 15–20 phút đun sôi, đưa hỗn hợp về nhiệt độ 225–235°F. Nhấc chảo ra khỏi bếp và thêm bơ dừa vào, khuấy liên tục trong 3 phút.

c) Đổ bột vào chảo đã chuẩn bị sẵn và để nguội hoàn toàn trước khi cho vào tủ lạnh ít nhất 30 phút.

d) Lấy nó ra khỏi chảo và cắt thành từng miếng. Quấn giấy sáp xung quanh mỗi cái. Các phần đã gói phải được bảo quản trong hộp có nắp đậy để tránh bị khô.

86.tiếng Séc Hạnh nhân trong C hocolate Plums

THÀNH PHẦN:

- 24 mận, rỗ (mận khô)
- 24 hạnh nhân nguyên hạt, nướng
- số 8 ounce sôcôla bán ngọt
- các loại hạt nghiền nát, để trang trí

HƯỚNG DẪN:

a) Làm nóng lò ở nhiệt độ 350°F và lót khay nướng bằng giấy nhôm hoặc giấy sáp.

b) Cho sô cô la vào lò vi sóng cho đến khi tan chảy hoàn toàn.

c) Tiếp tục khuấy cho đến khi sô-cô-la mịn, sau đó để nguội một chút trong khi chuẩn bị mận.

d) Đặt một quả hạnh nhân vào giữa mỗi quả mận, mỗi quả một quả.

e) Nhúng từng quả mận vào sô-cô-la, sao cho ngập hết sô-cô-la.

f) Đặt kẹo lên khay nướng đã chuẩn bị sẵn và trong khi sô cô la vẫn còn ướt, rắc các loại hạt nghiền lên trên nếu muốn.

g) Sau khi đặt tất cả mận lên khay nướng, hãy làm lạnh trong 30 phút để sô cô la đông lại trước khi dùng.

h) Giữ lạnh tối đa một tuần trong hộp kín.

ĐÔ□ UÔ□NG

87.Cú đấm kỳ nghỉ của Séc

THÀNH PHẦN:

- 1 ½ oz. susz (vodka pha với trái cây khô)
- ¾ oz. nước chanh tươi
- ¾ oz. xi-rô cây phong gừng-bạch đậu khấu
- Kẹo gừng

HƯỚNG DẪN:

a) Trong máy lắc chứa đầy đá, kết hợp tất cả các thành phần và lắc mạnh. Lọc vào ly có đặt một khối lập phương lớn ở trên. Trình bày.

b) Susz: Kết hợp 14 cốc táo khô, lê khô, mơ khô và mận khô cắt nhỏ với một chai vodka 750 ml đựng trong lọ lớn hoặc hộp kín khác.

c) Để 24 giờ cho hỗn hợp ngấm trước khi lọc và bảo quản.

d) Gừng-thảo quả Trong máy xay sinh tố, kết hợp 14 ounce xi-rô phong (theo trọng lượng), 312 thìa gừng đã gọt vỏ, cắt nhỏ, 10 quả bạch đậu khấu và 12 cốc nước ấm. Trộn trong 1 đến 2 phút, sau đó cho vào lọ có lưới lọc mịn.

e) Nó sẽ kéo dài trong 2 đến 3 tuần trong tủ lạnh.

88.Rượu anh đào chua

THÀNH PHẦN:

- 2,5kg anh đào chua
- 2kg đường bột
- 1 lít rượu vodka
- Tinh thần chỉnh lưu 1L

HƯỚNG DẪN:

a) Trong bình thủy tinh hoặc lọ thủy tinh lớn, trộn quả anh đào và hạt bảo quản, thêm đường và phủ một miếng vải muslin sạch lên trên. Đặt sang một bên trong vài ngày ở một nơi ấm áp.

b) Lọc nước ép qua rây có lót vải muslin. Lấy trái cây ra khỏi bình và đặt nó sang một bên.

c) Trong một cái chảo, đổ nước trái cây và đun sôi. Dành thời gian để làm mát.

d) Loại bỏ và loại bỏ các hạt trên quả anh đào. Đổ vodka vào. Đậy nắp và bảo quản trong 2 tuần ở nơi tối.

e) Trong một chai, kết hợp nước trái cây đã nguội và rượu đã tinh chế. Loại bỏ khỏi phương trình.

f) Lọc quả anh đào sau 2 tuần và kết hợp rượu vodka với rượu đã tinh chế. Đổ đầy rượu vào các chai sạch, đậy nắp và để yên trong ít nhất 3 tháng.

89.Vodka nghiền

THÀNH PHẦN:

- 350g siro phong
- 120ml nước
- 2 quả vani, chia đôi theo chiều dọc
- 2 lát gừng mỏng
- 1 muỗng canh quế xay
- 1/2 thìa cà phê đinh hương xay
- 1 thìa cà phê vỏ chanh
- 1 thìa cà phê vỏ cam
- 1/4 muỗng cà phê hạt nhục đậu khấu
- rượu vodka 750ml

HƯỚNG DẪN:

a) Kết hợp xi-rô cây phong, nước, vani, gia vị và vỏ cam quýt trong nồi. Đun sôi, sau đó giảm lửa nhỏ trong 5 phút.

b) Thêm vodka và đun nóng dần dần, nhưng không đun sôi. Phục vụ ngay trong những chiếc ly nhỏ.

c) Nếu thích, hãy lọc hỗn hợp qua lưới lọc trước.

90.Rượu mận tím

THÀNH PHẦN:

- 1kg mận chín tím, bỏ hạt
- 1/2 lít rượu tinh khiết nguyên chất
- 1/2 lít rượu vodka
- 300g đường bột

HƯỚNG DẪN:

a) Đặt mận vào bình pha thủy tinh. Đổ đầy rượu vodka và rượu vodka đã tinh chế vào nửa bình, đóng nút chai và bảo quản trong nơi tối trong 5 tuần.

b) Thêm đường sau 5 tuần và để thêm 4 tuần nữa.

c) Lọc rượu mùi qua rây có lót vải muslin; đổ vào chai, nút chai và bảo quản ở nơi tối ít nhất 3 tháng.

91.Bia cây bách xù

THÀNH PHẦN:

- 2L nước
- 100g quả bách xù
- 200-250g siro phong
- 1 muỗng canh hoa bia
- 2g men bia hoặc rượu

HƯỚNG DẪN:

a) Trong lọ thủy tinh nửa gallon, giã quả bách xù vào cối và trộn với nước.

b) Dùng rây mịn lọc hỗn hợp. Loại bỏ chất rắn và vứt chúng đi.

c) Đun sôi hỗn hợp đã lọc, sau đó tắt bếp và thêm xi-rô cây thích. Đổ chất lỏng vào nửa bình nửa gallon sạch.

d) Đun sôi 1/2 cốc nước trong nồi nhỏ. Đun nhỏ lửa trong 10 phút sau khi thêm hoa bia. Lọc chất lỏng và đổ vào bình.

e) Trộn men vào và đậy bình bằng bộ lọc cà phê hoặc khóa khí khi chất lỏng đã nguội đến nhiệt độ phòng.

92.Nước chanh đại hoàng

THÀNH PHẦN:

- 4 cốc nước
- 1/2 cốc si-rô phong
- 1 pound đại hoàng (gọt vỏ nếu cần, cắt nhỏ)
- 3 cốc nước nóng
- Khối nước đá
- Trang trí: lát cam hoặc nhánh bạc hà

HƯỚNG DẪN:

a) Đun sôi 4 cốc nước trong nồi; Tắt bếp, cho xi-rô phong vào và để nguội.

b) Trong máy xay thực phẩm, xay đại hoàng đã cắt nhỏ cho đến khi nó trở thành bột giấy.

c) Trong một chậu vừa, đổ 3 cốc nước nóng lên bã đại hoàng và đậy nắp.

d) Đặt một cái rây lên trên nước si-rô phong trong nồi. Lọc bột đại hoàng vào hỗn hợp xi-rô Maple bằng rây. Để kết hợp chất lỏng đại hoàng và nước si-rô phong, đánh chúng lại với nhau. Đổ đầy nước vào nửa bình.

e) Rót cocktail vào bốn chiếc ly cao chứa đầy đá viên.

f) Ăn kèm với một lát cam hoặc một nhánh bạc hà để trang trí.

93.mật ong nóng

THÀNH PHẦN:

- 1/2 cốc/120 ml Xi-rô phong
- 1 cốc/240ml nước
- 3 đến 4 tép
- 6 que quế
- 1 quả đậu vani nguyên hạt (dài khoảng 3 inch/7,5 cm)
- Một dải vỏ cam dài 1 inch/2,5 cm
- 1/4 muỗng cà phê hạt nhục đậu khấu
- 16 oz/480 ml rượu vodka

HƯỚNG DẪN:

a) Đun sôi xi-rô cây phong và nước trong nồi vừa, cạo sạch bọt trên bề mặt.

b) Đun sôi nồi trở lại, sau đó loại bỏ đinh hương, thanh quế, vỏ đậu vani và vỏ cam. Để yên trong 1 hoặc 2 phút trước khi đun sôi trở lại.

c) Tắt bếp, đậy nắp và để ngấm trong ít nhất 30 phút. Đun sôi lại sau khi lọc qua lưới lọc mịn hoặc lưới lọc thông thường có lót phin lọc cà phê.

d) Thêm vodka vào hỗn hợp. Khuấy đều và phục vụ ngay.

94.Cà phê Séc

THÀNH PHẦN:

- Cà phê pha nóng 6 oz
- Rượu mùi sô cô la đôi Dorda 3 oz
- Kem đánh bông để trang trí

HƯỚNG DẪN:

a) Trong cốc thủy tinh, kết hợp cà phê nóng mới pha và rượu mùi sô cô la đôi Dorda. Kết thúc với một ít kem tươi đánh bông.

b) Trang trí bằng ngòi cacao, hạt cà phê espresso phủ sô cô la hoặc sô cô la bào mỏng nếu muốn.

95.Máy làm mát chanh và dưa chuột

THÀNH PHẦN:

- đá bào
- 1 quả dưa chuột Kirby nhỏ
- ½ quả chanh nhỏ
- 2 thìa cà phê đường
- 1/2 thìa cà phê 1 thìa gừng tươi nạo
- nước Seltzer
- Vodka cỏ bò rừng Zubrowka

HƯỚNG DẪN:

a) Đổ đầy đá bào vào cả hai lọ thủy tinh đến mức 34%. Dưa chuột nên cắt thành từng khoanh mỏng. Chia hỗn hợp vào giữa hai lọ thủy tinh. Cho vào mỗi lọ thủy tinh thêm 1 thìa đường.

b) Vắt nửa quả chanh vào hai lọ thủy tinh. Để sử dụng như một vật trang trí, hãy cắt hai vòng tròn từ nửa quả chanh còn lại.

c) Đổ 1,5 ounce Zubrowka vào mỗi lọ thủy tinh. Trước khi đổ soda câu lạc bộ vào, hãy thêm một phần tư thìa cà phê gừng vào mỗi cốc. Đổ nước lọc vào nửa ly. Thưởng thức với một lát chanh như một món trang trí!

96.Sôcôla nóng Séc

THÀNH PHẦN:

- 2 cốc sữa thực vật
- 1 cốc rưỡi
- 6 thìa đường
- ¼ cốc kakao Séc hoặc ca cao tự nhiên chất lượng tốt khác
- 3,5 oz. sôcôla đen chất lượng tốt

HƯỚNG DẪN:

a) Trong chảo nước sốt vừa trên lửa vừa, kết hợp tất cả nguyên liệu (trừ sô cô la đen) vào chảo nước sốt cỡ vừa.

b) Đun sôi chậm, khuấy thường xuyên. Giảm lửa nhỏ và nấu trong 4 phút, khuấy thường xuyên. Để tránh tình trạng sôi trào, hãy theo dõi chặt chẽ tình hình.

c) Khuấy sô cô la đen cho đến khi nó tan chảy hoàn toàn. Nấu thêm một đến hai phút nữa. Trộn đều các nguyên liệu với nhau.

97.quả anh đào Martini

THÀNH PHẦN:

- 1 gói 3,4 oz bánh pudding ăn liền Vani kiểu Pháp
- 4 cốc sữa thực vật , chia
- 1/2 muỗng cà phê hạt nhục đậu khấu
- TÙY CHỌN: rượu rum, chiết xuất rượu rum & kem tươi

HƯỚNG DẪN:

a) Dùng 2 cốc sữa thực vật để làm bánh pudding ăn liền theo hướng dẫn trên bao bì.

b) Thêm 2 cốc sữa thực vật và hạt nhục đậu khấu vào hỗn hợp.

c) Thêm 2 muỗng cà phê chiết xuất rượu rum nếu muốn.

98.Gà gô Trên Cây Lê

THÀNH PHẦN:

- 2 ounce mật hoa lê
- 1 ounce Crown Royal hoặc Rye Whisky
- 2 ounce Ginger Ale hoặc đổ đầy ly
- Đá
- Lê để trang trí tùy chọn

HƯỚNG DẪN:

a) Trong cốc, đổ đầy đá vào 1/4 cốc.
b) Thêm mật hoa lê và Crown Royal.
c) Đổ rượu gừng.
d) Khuấy kỹ.
e) Trang trí với hai miếng lê cắt lát mỏng.

99.Dâu Tây Séc

THÀNH PHẦN:

- 2 1/2 pound dâu tây, rửa sạch và bỏ vỏ
- 1 lít vodka chất lượng tốt
- 2 cốc đường

HƯỚNG DẪN:

a) Trong một hộp thủy tinh lớn đã khử trùng, kết hợp dâu tây và rượu vodka. Đậy kín và bảo quản trong một tuần ở nơi tối, mát mẻ.

b) Sau 1 tuần, lọc vodka qua rây, chừa lại dâu tây rồi đổ vào hộp thủy tinh sạch đã khử trùng.

c) Trộn đường với dâu tây, sau đó chuyển vào hộp thủy tinh sạch, tiệt trùng và đậy kín. Trong 1 tháng, giữ cả hai thùng chứa ở nơi tối, mát.

d) Sau 1 tháng, trộn hỗn hợp dâu tây với rượu vodka, lọc và đổ vào hộp thủy tinh sạch đã khử trùng.

e) Đậy kín và bảo quản trong vài tháng ở nơi tối, mát mẻ.

100.Vodka dứa Séc

THÀNH PHẦN:

- 1 pound dứa tươi hoặc miếng dứa
- 1 lít rượu vodka
- 1 1/4 chén đường
- 1/4 cốc nước

HƯỚNG DẪN:

a) Đặt quả dứa vào lọ và đổ rượu vodka vào; Đậy nắp và bảo quản trong tủ đựng thức ăn trong 2 tháng.

b) Lọc và lọc qua bộ lọc cà phê hoặc một cái chao có lót khăn giấy.

c) Làm xi-rô đường và nước; thêm vào vodka dứa.

PHẦN KẾT LUẬN

Khi kết thúc hành trình hương thơm của mình thông qua "Hương thơm ẩm thực Séc", chúng tôi hy vọng bạn đã trải nghiệm được niềm vui khi khám phá những mùi hương và hương vị đặc trưng của nhà bếp Bohemian. Mỗi hương thơm trong những trang này là sự tôn vinh những truyền thống dễ chịu, sự ấm áp và di sản ẩm thực đã khiến ẩm thực Séc trở thành một trải nghiệm độc đáo và thú vị—một minh chứng cho niềm vui đi kèm với mỗi món ăn.

Cho dù bạn đã thưởng thức hương thơm thơm ngon của món goulash, vị ngọt của kolaches hay thưởng thức hương thơm của bánh ngọt mới nướng, chúng tôi tin rằng những mùi hương này đã khơi dậy sự đánh giá cao của bạn đối với mùi hương đa dạng và hấp dẫn của cách nấu ăn Séc. Ngoài nguyên liệu và kỹ thuật, mong muốn "Hương thơm ẩm thực Séc" trở thành nguồn cảm hứng, sự kết nối với truyền thống văn hóa và là nơi tôn vinh niềm vui đi kèm với mỗi sáng tạo đầy hương vị.

Khi bạn tiếp tục khám phá thế giới ẩm thực Séc, mong rằng cuốn sách này sẽ là người bạn đồng hành đáng tin cậy của bạn, hướng dẫn bạn qua nhiều loại mùi hương thể hiện sự phong phú và mùi hương hấp dẫn của những căn bếp theo phong cách Bohemian. Đây là để thưởng thức những hương thơm thú vị, tái tạo những hương thơm truyền thống và đón nhận niềm vui đến từ mỗi miếng ăn. Dobrou chuť! (Chúc ngon miệng!)

www.ingramcontent.com/pod-product-compliance
Lightning Source LLC
LaVergne TN
LVHW010925061026
849535LV00007B/2244